சித்தர்கள் கண்ட விஞ்ஞானம் - தத்துவம்

சாமி சிதம்பரனார்

Title: Sithargal Kanda Vignanam - Thathuvam

Author: Sami Chidambaranar

Language: Tamil

First Published on: 1961

Year of Publication: 2025

Book Format: Paperback

*Page Size: 6inch * 9inch*

Category: Religious

Subject: Religious Essays

No. of pages: 186

ISBN: 978-81-685729-2-8

Published by: Nilan Publishers, Madurai, Tamilnadu, India

பொருளடக்கம்

குறிப்புகளுக்காக

ஆசிரியர் முன்னுரை

தமிழிலே எல்லா மக்களுக்கும் பயன்படக்கூடிய இலக்கியம் - கலை - ஒன்று இருக்கிறதென்றால் அது வைத்தியக் கலையே யாகும். தமிழில் உள்ள வைத்தியக் கலைக்கும் சித்த வைத்தியம் என்று பெயர். சித்தர்களால் கண்டறிந்து கையாண்ட வைத்திய முறைக்குச் சித்த வைத்தியம் என்று பெயர். சித்தர் வைத்தியம், சித்த வைத்தியம் என்று வழங்குகின்றது.

இச்சிறந்த கலை- மக்களைப் பாதுகாக்கும் கலை- எந்தக் காலத்தில் பிறந்தது என்று கணக்கிட்டுச் சொல்ல முடியாது.

இந்நாட்டிலே பண்டைக் காலத்திலே வாழ்ந்த அறிவாளிகள் - சித்தர்கள்- பொதுமக்கள் நோயின்றி வாழ்வதற்காக- நீண்ட காலம் உறுதியான உடம்புடன் வாழ்வதற்காக- நோயற்ற வாழ்வாகிய குறைவற்ற செல்வத்தைப் பெற்றுச் சிறந்து வாழ்வதற்காக வைத்தியக் கலையை வளர்த்தனர்.

வைத்தியக் கலைக்கு நிகராக வேறு எந்தக் கலையையும் ஒப்பிட முடியாது. சாதி, மத, மொழி, இனவேற்றுமைகள் இல்லாமல், எல்லா மக்களுக்கும் உதவுவது இக்கலை ஒன்றுதான். இன்றும் இக்கலையின் பயனை ஏழைகள் முதல் பணக்காரர்கள் வரையில் அனுபவித்து வருகின்றனர்.

நமது நாட்டிலே வைத்தியக் கலையை வளர்த்த சித்தர்கள் வைத்தியக் கலை வளர்ச்சியில் ஈடுபட்டதோடு நிற்கவில்லை; வைத்தியக் கலையில் வளம் பெற்று- உடல் நலம் பெற்று-

வாழும் மக்களின் அறிவை வளர்க்கும் ஞானக் கலையையும், அறிவுக் கலையையும் வளர்த்திருக்கின்றனர்; மனித சமுதாயம் ஒன்று என்ற அடிப்படைக் கருத்துடன் பல அறிவுரைகளைக் கூறியிருக் கின்றனர்.

சித்தர்கள் தம் ஞானப் பாடல்களிலே, மருந்துண்ணாமலே உடம்பை நோயின்றி வைத்திருக்கும் வழியையும் கூறியிருக்கின்றனர். யோக சாதனத்தால் உடம்பைப் பாதுகாக்கும் வழிதான் அது. யோகப் பயிற்சியின் சிறப்பை ஞானப் பாடல்களிலே காணலாம்.

பண்டைக் காலத்தில் இருந்த சித்தர்கள் பதினெண்மர் என்று சொல்லுகின்றனர். அப் பதினெண்மர் யார் யார் என்பதில் கருத்து வேற்றுமையுண்டு. இதனைச் சித்தர்களின் சிறப்பு என்ற இந்நூலின் பகுதியிலே காணலாம்.

சித்தர்களின் பெயர்களால் சிறந்த வைத்திய நூல்கள் வழங்குகின்றன; ஞானப் பாடல்கள் வழங்குகின்றன. சித்தர்கள் ஆயிரக்கணக்கான ஆண்டுகளுக்கு முன் வாழ்ந்தவர்கள் என்று கருதுகின்றனர். சரித்திராசிரியர்கள் சிலர், சித்தர்கள் காலம் கி.பி. பத்தாம் நூற்றாண்டு என்று குறிப்பிடுகின்றனர்.

சித்தர்களில் திருமூலர் ஒருவர்; அவர் காலம் கி.பி. ஐந்தாம் நூற்றாண்டு என்பது சைவர்களில் பலர் கொள்கை. திருவள்ளுவரும் ஒரு சித்தர்; அவர் காலம் கி.பி. ஆறாம் நூற்றாண்டுக்கு முன் என்பது உண்மை. அகத்தியர் ஒரு சித்தர்; அவர் காலம் இன்னதென்று கூறமுடியாது. வான்மீகர் ஒரு சித்தர்; அவர் காலம் கி.மு. நாலாம் நூற்றாண்டுக்கு முன்பாகும். பதஞ்சலி, தன்வந்திரி முதலியோர் காலங்களும் இரண்டாயிரம் ஆண்டுகளுக்கு முற்பட்டனவே யாகும்.

வழங்கும் பெயர்களைக் கொண்டு சித்தர்களின் காலத்தைக் கணக்கிட்டுப் புகுத்தல், இவ்வாறு ஆயிரக்கணக்கான ஆண்டுகளுக்கு முன் என்றுதான் கூற வேண்டும். ஆனால் இன்று வழங்கும் சித்த வைத்திய நூல்களும், சித்தர்கள் பாடல்களும் ஆயிரக்கணக்கான ஆண்டுகளுக்கு முன் இருந்த அவர்களாலேயே பாடப்பட்டனவா? அவைகள் எல்லாம் அவர்களுடைய வாய் மொழிகள்தாமா? என்று ஆராய்ந்து பார்க்க வேண்டும்.

இன்றுள்ள வைத்திய நூல்களும், ஞானப் பாடல்களும் அகத்தியர், வான்மீகர், திருவள்ளுவர் முதலியோரால், அவர்கள் வாயாலேயே பாடப்பட்டவை அல்ல என்பது உண்மை. அச்சித்தர்களின் வைத்திய முறைகளை, கொள்கைகளைப் பரம்பரையாக அறிந்தவர்கள் பாடி வைத்தவை; அல்லது அவர்கள் பரம்பரையைச் சேர்ந்தவர்கள் பாடி வைத்தவை. ஏறக்குறைய நானூறு ஐந்நூறு ஆண்டுகளுக்கு முன்புதான் அவைகள் பாடப்பட்டிருக்க வேண்டும். ஆனால் சித்த வைத்திய முறைகளும், ஞானப் பாடல்களின் கருத்துக்களும் ஆயிரக் கணக்கான ஆண்டுகளுக்கு முற்பட்டவை; காலங் கணக்கிட முடியாத சித்தர்கள் கண்டறிந்த உண்மைகள் என்பதில் ஐயம் இல்லை.

திருவள்ளுவர் பெயரால் வழங்கும் ஞான வெட்டியான் என்னும் நூல் சமீப காலத்தில்- அதிவீரராம பாண்டியன் காலத்திற்குப் பின்- பாடப்பட்டது என்பதை ஞான வெட்டியான் என்னும் பகுதியிலே காணலாம்.

போகர் என்பவர் சீன தேசத்தவர். அவர் கி.பி. ஆறாம் நூற்றாண்டில் தமிழகத்திற்கு வந்தார் என்று கருதுகின்றனர். அவருடன் வந்த புலிப்பாணி என்பவரும் சீனர். இவ்விருவர் பெயராலும் வைத்திய நூல்கள் வழங்குகின்றன. இவர்கள் கருத்தை அமைத்துத் தமிழறிந்தோர் பாடியனவே அந்நூல்கள். சீனர்களாகிய அவர்கள் தமிழைக் கற்றனர்; தமது வைத்திய

முறைகளைப் பாடல்களாகப் பாடி வைத்தனர் என்று சொல்ல முடியாது. போகர் இந்நாட்டில் சிறிது காலம் சுற்றுப் பிரயாணம் செய்து தங்கிவிட்டு மீண்டும் சீனாவுக்கே சென்று விட்டார் என்று கூறுகின்றனர். ஆகலால், போகர் பெயரால் உள்ள வைத்திய நூல்கள், அவருடைய கருத்துக்களே அன்றி அவருடைய வாய்மொழி அன்று என்பது உறுதி.

நமக்குக் கிடைக்கும் சித்தர் வைத்திய நூல்களின் பாடல்கள் இன்றைய மக்கள் பேசும் தமிழ்மொழியிலேயே காணப்படுகின்றன. அவைகளை ஆயிரக்கணக்கான ஆண்டுகளுக்கு முன் வழங்கிய தமிழ்நடையென்று கூறமுடியாது.

சித்தர்களின் நூல்களிலே பரிபாஷைகள் பல காணப்படுகின்றன. அவைகளைப் படிக்கும் புலவர்களோ, பொதுமக்களோ அவற்றின் உண்மைப் பொருளைக் கண்டறிய முடியாது. பரம்பரையான் சித்தர் நூல் பயிற்சியுள்ளவர்கள் தாம் அவற்றின் உண்மைப் பொருளைக் கண்டறிய முடியும். அவைகளின்- அப் பரிபாஷைகளின்- உண்மைப் பொருளைக் கூறவல்லோர் பலர் தமிழகத்தில் இன்றும் இருக்கின்றனர். அவர்களைக் கொண்டு சித்தர் நூல்களுக்கு உண்மைப் பொருள் காணத் தமிழ் மக்கள் முயலவேண்டும்.

சித்தர்நூல்களின் சரியான, பிழையற்ற பதிப்புக்கள் கூட இன்னும் வெளிவரவில்லை தனிப்பட்ட சிலர் முயற்சியால் சில நூல்கள் வெளிவந்திருக்கின்றன. பிழையற்ற நல்ல பதிப்புக்கள் வெளிவரவேண்டும்.

உண்மையாக, மக்களுக்குப் பயன்படும் ஒப்பற்ற கலைகளான சித்தர் நூல்கள் நமது நாட்டிலே இவ்வாறு சீரழிந்து கிடப்பது வருந்துவதற்கு உரியது. இன்றைய விஞ்ஞான முறைக்கு

ஒத்துள்ள சித்தர்களின் வைத்தியத்தையும், தத்துவத்தையும், கற்றறிந்தவர்கள் போற்றாமல் கைவிட்டனர்; புலவர்கள் அலட்சியம் செய்தனர்; மதவாதிகள் மறந்தனர்; மூடநம்பிக்கையிலே மூழ்கிக் கிடப்போர், சித்தர் தத்துவங்கள் பரவ ஒட்டாமலே தடுத்து வந்தனர். போதும் போதாமைக்கு அந்நிய ஆட்சியும், அந்நியக் கலையும் நமது நாட்டுக் கலையிலே நமக்கு அவமதிப்பை உண்டாக்கின. ஆயினும் இப்பொழுது சித்தர் கலைகளின் சிறப்பை மக்கள் உணர்ந்து வருவது, இனி அக்கலை வளர்ச்சி யடையும் என்ற நம்பிக்கைக்கு இடம் தருகின்றது.

சித்தர்களின் வைத்திய நூல்கள், அவர்களின் தத்துவங்கள், நமது முன்னோர்கள் நமக்குச் சேமித்து வைத்திருக்கும் ஒப்பற்ற உயர்ந்த செல்வங்களாகும். அவற்றைப் பாதுகாத்து வளர்த்து, அவற்றின் பயனை அனுபவிக்கக்கூட நமக்குத் திறமையில்லை யென்றால், உலக அரங்கிலே நாம் எப்படித் தலைநிமிர்ந்து நிற்க முடியும்?

சித்தர் வைத்தியச் சிறப்பையும், சித்தர்களின் தத்துவத்தையும் தமிழ் மக்கள் உணரவேண்டும், அவற்றை வளர்க்க வேண்டும் என்ற கருத்துடனேயே இந்நூல் எழுதப்பட்டுள்ளது.

இந்நூலில் சித்தர் வைத்தியச் சிறப்பு எடுத்துக்காட்டப் பட்டுள்ளது; சித்தர்களின் தத்துவம், அவர்கள் பாடல் களிலிருந்து விளக்கப்பட்டுள்ளது. சித்தர்கள் தத்துவத்தைப் பற்றிய உண்மையான நூல் ஒன்று வெளிவரவேண்டும் என்னும் ஆசையுடன் இந்நூல் எழுதப்பட்டுள்ளது.

சித்தர் நூல்களிலே தேர்ந்தவர்கள் இந்நூலிலே பல குறைகளைக் காணலாம். சித்தர் நூல்களிலே நமக்கு ஆராய்ச்சியோ அனுபவமோ இல்லை. ஆயினும், தெரிந்ததை வெளியிட்டால், இதில் தவறுகள் இருக்கின்றன என்பதை

விளக்கவாவது உண்மையான சித்தர் தத்துவ விளக்க நூல் ஒன்று தோன்றாதா? சித்தர்களின் தத்துவம் அறிந்தவர்கள் எழுத முன்வர மாட்டார்களா? என்ற ஆசைதான் இந்நூல் எழுதவதற்கு முதன்மையான தூண்டுதலாகும்.

சித்தர்கள் ஞானக்கோவை என்ற ஒரு தொகுப்பு நூல் தமிழிலே உண்டு. இதைப் பதினெண் சித்தர் ஞானக்கோவை என்றும் கூறுவர். இந்நூலிலே சிவவாக்கியர், பட்டினத்தார், பத்திரகிரியார், திருவள்ளுவர், பாம்பாட்டிச் சித்தர், இடைக் காட்டுச் சித்தர், அகப்பேய்ச் சித்தர், கடுவெளிச் சித்தர், அழுகணிச் சித்தர், குதம்பைச் சித்தர், அகத்தியர், திருமூலர், நந்தீவரர், கருவூரர், இராமதேவர், கொங்கணச் சித்தர், உரோமரிஷி, சுப்பிரமணியர், வான்மீகர், சட்டை முனி, காகபுசுண்டர், சூரியானந்தர், இராமலிங்க சுவாமிகள் ஆகியோர் பாடல்கள் காணப்படுகின்றன.

சித்தர்களின் கருத்துக்கள் நிறைந்த பாடல்களைப் பாடிய பட்டினத்தார், பத்திரகிரியார், இராமலிங்க சுவாமிகள் ஆகியோர் பாடல்களையெல்லாம் பிற்காலத்தினர் சித்தர்கள் பாடல் வரிசையிலே சேர்த்துவிட்டனர்.

தன்வந்திரி, கமல்நாதர், போகநாதர், மச்சமுனி, பதஞ்சலி, போதகுரு, சுந்தரானந்த தேவர், கோரக்கர்- இவர்களுடைய ஞானப் பாடல்கள் சித்தர் ஞானக் கோவையிலே காணப் படவில்லை.

சிவன் பார்வதிக்கு உபதேசித்ததாகக் கூறப்படும் ஞான சாஸ்திரம், யோகப் பயிற்சியைப் பற்றிக் கூறும் சிவானந்த போதம், நிஜானந்த போதம், சிவயோக சாரம்- இவைகளும் சித்தர் நூல்களாகக் கருதப்படுகின்றன.

நெஞ்சறி விளக்கம் என்பது ஒரு நூல்; யோக ஞானங்களைப் பற்றிச் சொல்வது. ஞான ரத்தினக் குறவஞ்சி என்பதும் யோக ஞானங்களைப் பற்றிக் கூறுவது; இது யாரோ முஸ்லிம் புலவரால் பாடப்பட்டது. ஞானக் கும்மி, சிவயோக சாரம், சொக்கநாத வெண்பா முதலிய ஆசிரியர் பெயர் தெரியாத பாடல்களும் ஞானக்கோவையில் சேர்ந்திருக்கின்றன.

ஞானக்கோவையில் உள்ள சித்தர் பாடல்களையும், ஞான வெட்டியான், ஒளவை ஞானக் குறள் இவைகளையும் வைத்துக் கொண்டே இந்நூல் எழுதப்பட்டுள்ளது. அப்பாடல்களைக் கொண்டே சித்தர்கள் தத்துவம் விளக்கப்பட்டிருக்கிறது. சித்தர்களின் தத்துவத்தைத் தமிழகம் தெரிந்து கொள்ள ஓரளவாவது இந்நூல் துணை செய்யும் என்பது நமது நம்பிக்கை.

சித்தர்களின் கொள்கை- தத்துவம்- நாட்டிலே பரவினால் மக்களுக்குள் அன்பும் ஒற்றுமையும் வளரும் என்பதில் ஐயம் இல்லை. மக்கள் சமுதாயம்- இனம்- ஒன்றே; மக்களிடையே பிரிவினை பேசுதல் உண்மைக்கு- இயற்கைக்கு- மாறானது என்ற சித்தர்களின் தத்துவம் பரவினால், அது நாட்டுக்கும் மக்களுக்கும் நன்மையென்பதை மறுப்பவரும் உண்டோ?

இலக்கிய நிலையம்

சென்னை-*24*

10-1-61

சாமி. சிதம்பரன்

சித்தர்கள் கண்ட விஞ்ஞானம்

1. சித்தர்களின் சிறப்பு

விஞ்ஞான முறையும், விஞ்ஞான ஆராய்ச்சியும் தமிழகத்துக்குப் புதியன அல்ல. ஆயிரக்கணக்கான ஆண்டுகளுக்கு முன்பே தமிழகத்தில் விஞ்ஞானிகள் பலர் வாழ்ந்திருந்தனர். அவர்கள் மனித சமுதாயத்திற்குச் செய்திருக்கும் நன்மை அளவற்றது. அவர்கள், மக்கள் அனைவரும் நோய் நொடியில்லாமல் வாழ்வதற்கான - இன்பத்துடன் வாழ்வதற்கான- துன்பங்களிலிருந்து கரையேறுவதற்கான- வழிகள் பலவற்றைக் கண்டறிந்தனர்; உண்மைகள் பலவற்றை ஆராய்ந்து தெளிந்தனர். அவர்கள் கண்டறிந்த உண்மைகளை மனித சமுதாயம் அனுபவிக்கும்படி செய்தனர். அவர்கள் கண்டறிந்த விஞ்ஞான ஆராய்ச்சியையும் பலனையும் மனித சமுதாயம் இன்றும் அனுபவித்துக் கொண்டு வருகிறது.

இன்றைய விஞ்ஞானிகளும் மனித சமூகம்- உலகம்- முன்னேறுவதற்கான பல உண்மைகளைக் கண்டுபிடித்துத்தான் இருக்கின்றனர். ஆயினும் மனிதப் பூண்டே இல்லாமல் நாசம் ஆக்கி அழித்துவிடக்கூடிய- உலக நாகரிகத்தையே பாழாக்கி விடக்கூடிய- உலகத்தையே சுட்டுச் சாம்பலாக்கி விடக்கூடிய-கொடுமையான அழிவுச் சக்திகளையும் கண்டுபிடித்திருக் கின்றனர். இத்தகைய சக்தியுள்ள எறிகுண்டுகள், வெடிகுண்டுகள் முதலியன செய்யப்பட்டுள்ளன. இன்றைய விஞ்ஞானிகளின் இத்தகைய கண்டுபிடிப்புகளால் இன்றைய உலகம் ஊசலாடிக் கொண்டிருக்கின்றது. இதனால் உலக மக்களிடையே அச்சம், நடுக்கம், ஒருவரை ஒருவர் நம்பாமை, வாழ்விலே

அவநம்பிக்கை, எப்பொழுது என்ன நடக்குமோ என்ற பீதி- இவை பிறந்து பேயாட்டம் ஆடுகின்றன.

பண்டைத் தமிழகத்து விஞ்ஞானிகள் மனித குலத்தின் வாழ்வுக்காகவே உழைத்தார்கள். ஆதலால் அவர்கள் மக்களையோ, உலகத்தையோ, இயற்கைப் பொருள்களையோ நாசமாக்கக்கூடிய தீய சக்திகளைக் கண்டுபிடிக்கவில்லை; இவைகளைக் கண்டுபிடிப்பதில் தங்கள் அறிவையும் காலத்தையும் செலவிட்டு வீணாக்கவில்லை. மனித சமூகம் மகிழ்ச்சியுடன் வாழ்வதற்கான துறையிலேயே அவர்கள் உழைத்தார்கள்; காலங் கடத்தினார்கள்; கருத்தைச் செலுத்தினார்கள். அவர்கள் தாங்கள் உழைத்த- முயன்ற- துறையில் வெற்றியும் கண்டனர்.

இத்தகைய விஞ்ஞானிகள் யார்? தியாகிகள் யார்? அவர்கள் தாம் நமது நாட்டிலே வாழ்ந்த சித்தர்கள். ஆயிரக்கணக்கான ஆண்டுகளுக்கு முன்னே மனித சமுதாயத்தின் துன்பங்களைப் போக்குவதற்கான பல உண்மைகளைக் கண்டறிந்த அந்தச் சித்தர்கள் யார்? அவர்களின் பெருமை என்ன என்பதைக் காண்போம்.

சித்தர்கள் யார்?

சித்தர்களின் பெருமை பல புராணங்களில் கூறப்பட்டுள்ளது. சித்தர்கள் பல அற்புதங்களைச் செய்யக்கூடியவர்கள் என்று சொல்லப்படுகின்றது. ஆகவே புராணம் படித்தவர்கள், பல அற்புதங்களைச் செய்கின்றவர்கள் சித்தர்கள்; மட்டமான உலோகங்களை உயர்ந்த பொன்னாக்கும் திறமை படைத்தவர்கள் சித்தர்கள் என்றுதான் அறிவார்கள். அவர்கள் உண்மையாக நாட்டு மக்களுக்குச் செய்திருக்கும் பணியைப் பலர் அறிய மாட்டார்கள்.

தமிழ்நாட்டிலே சிலர்தான் சித்தர்களின் விஞ்ஞான ஆராய்ச்சியைப் பற்றி அறிவார்கள், அவர்கள் மனித சமூகத்துக்குச் செய்திருக்கும் நன்மையை உணர்வார்கள். அச்சிலர் தாம் சித்தர்களின் சிறப்பைப் பற்றிப் பெருமையைப் பற்றிப் பேசிக் கொண்டிருக்கின்றனர்.

சித்த வைத்தியம் தமிழ்நாட்டு வைத்தியம்; சிறந்த வைத்தியம். சித்தர்கள் கண்டறிந்த வைத்திய முறையே சித்த வைத்தியமாகும். தமிழ்நாட்டு வைத்தியர்களிலே பலர் சித்த வைத்திய முறையைப் பின்பற்றுவோர் ஆவர். இத்துறையில் உள்ளவர்கள்தாம் சித்தர்களின் சிறப்பை ஓரளவு அறிவார்கள். இவர்களே சித்தர்களின் பெருமையை அவர்களுடைய ஆற்றலை அறிவைப் பாராட்டிப் பேசிக் கொண்டிருக்கின்றனர். அவர்களிடம் அளவற்ற பக்தியும் கொண்டிருக்கின்றனர்.

சித்த வைத்தியர்கள் எல்லோரும் சித்தர்களின் நூல்களைப் படித்தவர்கள், சித்தர்களின் கொள்கைகளைத் தெளிவாக அறிந்திருப்பவர்கள் என்று சொல்லிவிட முடியாது. இவர்களிலே பலர் பரம்பரை வைத்தியர்கள். இவர்களுக்கு, இன்ன நோய்க்கு இன்ன மருந்து என்பது தெரியும்; அம் மருந்துகளைச் செய்யவும் தெரியும்; நோயாளியின் குணம் குறிகளைக் கொண்டு நோய் இன்னதென்று கண்டுபிடிக்கவும் தெரியும். பரம்பரைப் பழக்கத்தால் வைத்தியம் செய்யும் இவர்களுக்குச் சித்தர்கள் செய்திருக்கும் நூல்களின் அருமை பெருமைகளைப் பாராட்டத் தான் தெரியும். அவைகள் அனைத்தையும் படித்தறிந்து உண்மை தெரிந்தவர்கள் என்று சொல்லிவிட முடியாது.

தமிழ்நாட்டுப் புலவர்களிலே பலருக்குச் சித்தர் நூல்களைப் பற்றித் தெரியாது; பெரும்பாலான புலவர்கள் சொல்நயம் பொருந்திய பாடல்களைத்தான் இலக்கியம் என்று பாராட்டுவார்கள்; இலக்கணத்தைப் பற்றிக்

கவலைப்படாமல்- பொதுமக்களுக்குப் புரிய வேண்டும் என்னும் கருத்துடன்- வழக்குச் சொற்களையும் இணைத்துப் பாடப்பட்டிருக்கும் பாடல்களைப் படிக்கும் வழக்கமோ, சொல்லப்படும் பெரும்பாலான தமிழ்ப் புலவர்களிடம் இல்லை. சித்தர்களின் நூல்கள்- பாடல்கள்- புலவர்கள் போற்றும் நடைநயம் பொருந்தியவை அல்ல. உவமை, உருவகம் போன்ற கற்பனைகள் பொருந்திய இலக்கியச் சுவையுடன் விளங்குவன அல்ல. இக்காரணத்தால் சித்தர் நூல்கள் தமிழ்ப் புலவர்களின் கையிலும் கருத்திலும் அதிகமாக இடம் பெறவில்லை.

மேல்நாட்டு வைத்தியங் கற்றவர்களிலே பலர், நாட்டு வைத்தியம் என்றாலே மிகவும் பரிகசிப்பவர்களாயிருந்தனர். நாட்டு வைத்தியர்களுக்கு ஒன்றுந் தெரியாது; நாட்டு மருந்துகள் பயனற்றவை; நாட்டு வைத்திய நூல்கள் எல்லாம் விஞ்ஞான முறையை அறியாதவர்களால் எழுதப்பட்டவை; இன்றைய நவீன விஞ்ஞான முறையைப் பற்றிப் பண்டையோர்க்கு ஒன்றும் தெரியாது என்று சொல்லிக் கொண்டு வந்தார்கள். இதனால் சித்தர்களின் நூல்களைப் பற்றிப் பலர் ஆராய முற்படவில்லை.

தமிழ்நாட்டில் சித்தர்களின் வைத்திய நூல்களைப் பற்றியும், சித்தர்களின் பாடல்களைப் பற்றியும் படித்தறிந்தவர்கள் ஒருசிலர்தான் உண்டு. அவர்களால்தான் சித்தவைத்தியம் மறையாமல் உயிருடன் உலவி வருகின்றது. சித்தர்களின் சிறப்பையும், அவர்களின் அரும்பெரும் ஆராய்ச்சிகளைப் பற்றியும் சிலர் அறிந்து வருகின்றனர்.

சித்தர்கள் சாகா நிலையைப் பெற்றவர்கள்; அழியாத உடம்பைப் பெற்றவர்கள்; உடம்பை அழிந்து போகாமல் பாதுகாக்கும் வழியை அறிந்தவர்கள்; தம்முடைய உடம்பை அப்படியே வைத்துவிட்டு மற்றொரு உடம்பிலே புகுந்து நடமாடும் சக்தி படைத்தவர்கள்; இதற்குக் கூடுவிட்டுக் கூடு

பாய்தல் என்று பெயர். சித்தர்களுக்கு வான மார்க்கமாகச் செல்லும் சக்தியும் உண்டு; முக்காலங்களைப் பற்றியும் அறியும் ஞானமும் உண்டு; பலவிதமான அற்புதங்களைச் செய்யும் ஆற்றலும் உண்டு என்று சித்தர்கள் என்பதற்குப் பொருள் கூறுகின்றனர்.

யோக மார்க்கத்தில் நின்று வெற்றி பெற்றவர்கள் சித்தி பெற்றவர்கள்- சித்தர்கள் என்று பெயர் பெற்றனர் என்பர்.

சித்தர்கள் எட்டு வகை. அவை, அணிமா, மகிமா, லகிமா, பிராத்தி, பிராகாமியம், ஈசத்துவம், வசித்துவம், கரிமா என்பன.

1. அணுவைக்காட்டிலும் மிகவும் சிறிய உருவிலே உலவும் ஆற்றலுக்கு அணிமா என்று பெயர்.

2. மலையினும் பெரிய உருப்பெற்று நிற்கும் ஆற்றலுக்கு மகிமா என்று பெயர்.

3. உடம்பைக் கனமாக இல்லாமல் இலேசாகச் செய்து கொள்ளுதலும், நீரிலும், சேற்றிலும் அழுந்தாமல் காற்றுபோல் விரைந்து செல்லும் வல்லமையைப் பெறுவதும் லகிமா ஆகும்.

4. தான் எதை விரும்பினாலும், எதை நினைத்தாலும் நினைத்தவைகளை அடையும் வல்லமைக்குப் பிராத்தி என்று பெயர்.

5. தன் நினைப்பின் வல்லமையால் - ஆற்றலால்- எல்லாவற்றையும் படைக்கும் சக்திக்கும் பிராகாமியம் என்று பெயர்.

6. எல்லாரும் தன்னை வணங்கும்படியான தெய்வத் தன்மையை அடைவது ஈசத்துவம் என்று சொல்லப்படும்.

7. உலகம் முழுவதையும் தன் வசப்படுத்தி நடத்தும் ஆற்றலை அடைந்திருப்பதற்கு வசித்துவம் என்று பெயர்.

8. ஐம்புலன்கள் நுகரும் இன்ப துன்பங்களைப் பற்றிக் கவலைப்படாமல்- அவைகளுடன் சம்பந்தப்படாமல்- இருப்பது கரிமா என்று சொல்லப்படும்.

இவைகளே எண்வகைச் சித்திகளாகும். இவைகளை அட்டமா சித்தி என்பர். இவ் வெண் வகைச் சித்திகளையும் பெற்றவர்களையே சித்தர்கள் என்பர். இவ் எட்டு வகை வல்லமைகளையும் பெற்றவர்கள் பல அற்புதங்களையும் செய்வதில் அதிசயம் ஒன்றும் இல்லை. சித்தர்கள் என்பவர்கள் இவ் எட்டுவகை வல்லமைகளையும் பெற்றவர்கள் என்றே புராணங்களில் வழங்கும் வரலாறுகளில் காணப்படுகின்றன.

சித்தர்களின் நூல்களையும், அவர்கள் செய்திருக்கும் ஆராய்ச்சிகளையும் காண்போர், சித்தர் என்பதற்குக் கூறும் பொருளே சிறந்ததாகும்; உண்மையான பொருளாகவும் காணப் படுகின்றது.

சித்- அறிவு. சித்தை உடையவர்கள் சித்தர்கள். அறிவு படைத்தவர்கள் சித்தர்கள். சித்தம் என்பதற்கு அறிவு என்னும் பொருள் உண்டு. ஆகவே, சித்தர்கள் என்றால் அறிவு படைத்தவர்கள்: அறிஞர்கள், மேதைகள், பேரறிவு படைத்தவர்கள், நுண்ணறிவு படைத்தவர்கள், விஞ்ஞானிகள், மெய்ஞ்ஞானிகள் என்று பொருள் சொல்லுவதே பொருத்தமாகும்.

பேரறிவு படைத்தவர்கள் பொதுமக்களால் செய்ய முடியாத பல அரிய செயல்களைச் செய்வார்கள் என்பதில் ஐயம் இல்லை. பல அரிய செயல்களை அற்புதங்கள் என்று பொது மக்கள் போற்றுவார்கள் என்பது உண்மை, பொது மக்கள் எந்தெந்தக் காரியங்களை அற்புதங்கள் என்று நினைக்கின்றார்களோ, அவைகளையெல்லாம் செய்யும் சக்தி அறிஞர்களுக்கு உண்டு என்று நம்புவார்கள். சித்தர்களிடம், பொதுமக்கள் இத்தகைய நம்பிக்கை கொண்டிருந்தனர். ஆதலால் சித்தர்கள் இயற்கைக்கு மாறான பல அற்புதங்களையெல்லாம் செய்ததாகக் கதைகள் தோன்றி வழங்குகின்றன.

சித்தர்கள் கூட்டம்

நமது நாட்டில் வாழ்ந்த சித்தர்கள்- பண்டைக் காலத்தில் வாழ்ந்த சித்தர்கள்- பதினெட்டுப் பேர் என்று சொல்லுகின்றனர். 1. திருமூலர்: 2. இராமதேவர்: 3. கும்பமுனி: 4. இடைக்காடர்; 5. தன்வந்திரி; 6. வான்மீகி; 7. கமலமுனி: 8. போகநாதர்; 9. மச்ச முனி; 10. கொங்கணர்; 11. பதஞ்சலி; 12. நந்தி தேவர்; 13. போதகுரு; 14. பாம்பாட்டிச் சித்தர்; 15. சட்டை முனி; 16. சுந்தரானந்த தேவர்; 17 குதம்பைச் சித்தர்; 18. கோரக்கர். இவர்களே பதினெண் சித்தர்கள். இவர்களிலே பலர் பெயரால் மருத்துவ நூல்களும், அறிவுரைப் பாடல்களும் வழங்கி வருகின்றன.

சித்த வைத்திய நூல்களை ஆராய்ந்தவர்களும் சித்தர்கள் பதினெண்மர் என்றே கூறுகின்றனர். ஆனால் அவர்கள் குறிப்பிடும் பெயர் வரிசை வேறு. 1. கோதமர்; 2. அகத்தியர்; 3. சங்கரர்; 4. வைரவர்; 5. மார்க்கண்டர்; 6. வன்மீகர்; 7. உரோமர்; 8. புசுண்டர்; 9. சட்டை முனி; 10. நந்தீசர்; 11. திருமூலர்; 12. காலாங்கி; 13. மச்ச முனி; 14. புலத்தியர்; 15. கருவூரார்; 16. கொங்கணர்; 17. போகர்; 18. புலிப்பாணி. இப்பதினெண்மரே சித்தர்கள் என்பர்.

சித்த வைத்திய நூல் ஆராய்ச்சியாளர்கள் சித்த வைத்திய நூல்களில் ஆசிரியர்களின் நூல்களைக் கொண்டு சித்தர்கள் பதினெண்மர்களின் பெயர்களைக் குறிப்பிடுகின்றனர். சித்தர் களின் ஞானப் பாடல்களின் ஆசிரியர்களை வைத்துக் கொண்டு சித்தர்களின் ஞானக் கொள்கைகளை ஆதரிப்போர் பதினெண் சித்தர்களின் பெயர்களைக் குறிப்பிட்டுள்ளனர். உண்மையான பதினெண் சித்தர்கள் யார்? யார்? என்பது ஆராய்ந்து முடிவு கட்டவேண்டியதாகும்.

சித்தர்கள் பதினெண்மரும் தமிழ்நாட்டிலே வாழ்ந்த சித்தர்கள் என்று கூறுகின்றனர். இவர்களில், வான்மீகி, பதஞ்சலி, தன்வந்திரி போன்றவர்கள் வடமொழியில் வல்லுநர்கள் என்பது பலரும் அறிந்த உண்மை. திருமூலர், வான்மீகி, கும்பமுனி (அகத்தியர்). இடைக்காடர் முதலியோர் தமிழ்ப் பெரும் புலவர்கள் என்பதும் பலர் அறிந்த உண்மை. ஆகவே, சிறந்த அறிஞர்களை, வடவர் - தென்னவர் என்ற வேற்றுமை பாராட்டாமல் தமிழர்கள் போற்றி வந்தனர்; அவர்களின் சிறந்த கொள்கைகளை ஏற்று வந்தனர்; என்ற உண்மையைச் சித்தர்களின் பெயர் வரிசையிலிருந்தே காணலாம்.

பதினெட்டுச் சித்தர்கள்தாம் தமிழ்நாட்டில் வழங்கும் சித்த வைத்திய முறையை முதலில் கண்டுபிடித்தவர்கள் என்று சொல்லமுடியாது. இவர்களுக்கு முன்பே வைத்திய முறை வளர்ந்திருக்க வேண்டும். அதை வளர்த்த பேரறிஞர்கள்- சித்தர்கள்- பலர் வாழ்ந்திருக்க வேண்டும். அவர்கள் பெயர் நமக்குத் தெரியவில்லை. சித்த வைத்தியத்தின் விரிவை, உன்னத நிலையைப் பார்க்கும்போது, இப்படித்தான் எண்ண வேண்டியிருக்கின்றது.

சித்தர்கள் பதினெண்மர் என்று கருதினாலும், இவர்களுக்குப் பிற்காலத்திலும் பல சித்தர்கள்- இவர்கள் வழியைப் பின்பற்றிய அறிஞர்கள்- தமிழகத்திலே தோன்றியிருக்கின்றனர். அவர்களிலே பலருடைய பெயர்

மறைந்துவிட்டனவென்றே சொல்ல வேண்டும். ஆயினும், யோக- ஞான மார்க்கங்களைப் பின்பற்றியவர்களை- இவைகளைப் பாடியவர்களை- சித்தர்கள் கூட்டத்திலே சேர்த்து வைத்திருக்கின்றனர். இதனால் சித்தர்களின் எண்ணிக்கையும், சித்தர் நூல்களும், பாடல்களும் பெருகி விட்டன. இவ் வுண்மையை, பெரிய ஞானக்கோவை என வழங்கும் சித்தர்களின் பாடல் தொகுப்பு நூலால் அறியலாம்.

பெரிய ஞானக்கோவை என்னும் நூல் மிகப் பிற்காலத்தில் தொகுக்கப்பட்டதொரு நூல் என்பதில் ஐயம் இல்லை.

அந்த நூலிலே, பட்டினத்தார் பாடல்களும், பத்திரகிரியார் பாடல்களும், இராமலிங்க சுவாமிகள் பாடல்களும் சேர்க்கப் பட்டிருப்பதே இவ்வுண்மையைக் காட்டும். இன்னும் பெயர் தெரியாத ஆசிரியர்களின் பாடல்களும், முஸ்லிம் அறிஞர் களால் எழுதப்பட்டிருக்கும் பாடல்களும் இந்நூலில் சேர்க்கப் பட்டிருக்கின்றன; இதுவும், சித்தர் பாடல்களின் தொகுப்பு பிற்காலத்தில் தோன்றியது என்பதை வலியுறுத்தும்.

சென்ற பத்தொன்பதாம் நூற்றாண்டிற்குப் பின் சித்தர்களின் சிறப்பும், அவர்களின் வைத்திய முறைகளும், அவர்கள் கொள்கைகளும் தமிழகத்திலே அவ்வளவாகப் பாராட்டப்பட வில்லை. ஆதலால் சித்த வைத்தியமும், சித்தர் கொள்கைகளும் வளர்ச்சியடையவில்லை. இதற்குக் காரணம், தமிழ்ப் புலவர் களின் போக்கு- மேல்நாட்டு வைத்தியங் கற்றவர்களின் அலட்சியம்- என்பதை முன்பே கண்டோம். இந்த நிலைமை தோன்றியதற்குப் பெரிதும் அடிப்படைக் காரணம் அந்நியர் ஆட்சியும், அந்நிய மொழிக் கல்வியுமே ஆகும். இந்த நிலை இப்பொழுது மாறி வருகின்றது. இது மகிழ்ச்சிக்குரிய செய்தி.

2. சித்தர்களின் விஞ்ஞான ஆராய்ச்சி

சித்த வைத்தியம்

சித்த வைத்தியத்தைப் பற்றி ஆராய்ந்தால் சித்தர்களின் சிறந்த விஞ்ஞான அறிவைக் காணலாம். சித்த வைத்தியம் தமிழகத்து அறிஞர்களால் ஆராய்ந்து கண்டுபிடிக்கப்பட்ட தனி வைத்தியம் என்பதே அறிஞர்கள் கொள்கை.

வேதத்தின் அங்கங்களிலே, ஆயுள்வேதமும் ஒன்று. இதைக் கற்பம் என்றும் கூறுவர். ஆயுள்வேத வைத்தியம் வேதத்தின் அங்கமாக இருப்பதால், சித்தவைத்தியம் ஆயுள்வேதத்திலிருந்து பிறந்ததென்று கூறுவோர் உண்டு. பதினெண் சித்தர்களின் பெயர் வரிசையிலே, வான்மீகி, பதஞ்சலி, அகத்தியர் முதலியோர் பெயர்கள் காணப்படுவதால்- பல சித்தர்களின் பெயர்கள் தமிழ்ப் பெயராக இல்லாமையால்- அச்சித்தர்கள் எல்லாம் ஆயுள் வேதங்கற்றவர்கள், அதிலிருந்தே தமிழில் வைத்திய நூல்களை எழுதினார்கள் என்று காரணங் காட்டுவர்.

சித்த வைத்தியர்கள் இதற்கு மாறாகக் கூறுவர். ஆயுள் வேதமே சித்த வைத்தியத்திலிருந்துதான் பிறந்தது என்று சொல்லுவார்கள். தமிழ்நாடே பழமையானது. இமயமலை ஒருகாலத்தில் கடலுள் இருந்தது. இமயமலை வெளியில் தோன்றாத காலத்தில் தென் பொதியம் தலை நிமிர்ந்து நின்றது. தென் பொதியத்தில் வாழ்ந்தவர் அகத்தியர். அவரால் செய்யப் பட்டிருக்கும் வைத்திய நூல்கள் பல. வடமொழி தோன்றுவதற்கு முன்பே தமிழ் மொழி வளம் பெற்றிருந்தது. அகத்தியராலும், மற்றைய சித்தர்களாலும் கண்டறியப்பட்ட

வைத்திய முறையிலிருந்தே வடமொழியாளர் வைத்திய நூல்கள் எழுதினர். அவைகளுக்கு ஆயுள்வேதம் என்று பெயரிட்டனர். இது சித்த வைத்தியர்கள் கூற்று.

ஆயுள்வேதத்தையும், சித்த வைத்தியத்தையும் அறிந்தவர்கள், சித்த வைத்தியம் வேறு; அது ஆயுள்வேத வைத்தியத்திலிருந்து பிறந்தது அன்று; சித்த வைத்திய முறையிலே, ஆயுள்வேத வைத்திய முறையில் இல்லாத தனித் தன்மைகள் உண்டு என்று கூறுகின்றனர்.

இந்திய மருந்து ஆராய்ச்சிக் கமிட்டியின் முன் சாட்சியம் கூறியவர்களிலே சீகாழி- வைத்தியர்- சி.எ. நாராயணசாமி அய்யர் என்பவரும் ஒருவர். அவர், பல சித்தர்களால் ஏற்பட்ட ரசாயன சாஸ்திரங்களே ஆயுள்வேதமாகும். இவைகள் குகைகளில் வைக்கப்பட்டிருந்தன. தவிர, சரக்குகளைக் கட்டும் வகை ஆயுர்வேதத்தில் கிடையாது என்று சொல்லியிருக்கிறார்.

தென் இந்தியாவில் மூலிகைகள், ரச வர்க்கங்களைக் கையாளும் அகத்திய வைத்தியம் காணப்படுகிறது. உலோக வகைகள், ரச வகைகளால் செய்யும் மருந்து முறைகள் தமிழ்நாட்டாருடைய தனி முறைகளாகவே காணப்படுகின்றன.

உலோகங்களையும், தாது வகைகளையும் கொண்டு செய்யப்படும் பஸ்பம், செந்தூரம், திராவகம் முதலிய பலவகை முறைகள் வடமொழியில் உள்ள இரச சாஸ்திரங் களுக்கு வேறுபட்டவைகளாகவே இருக்கின்றன.

தமிழ் முறைகளின்படி உலோகங்கள், இரசவர்க்கங்கள் முதலியவற்றை நீற்று பபம், சிந்தூரங்களாக எளிதில் செய்து விடலாம்.

செயநீரால் பாஷாண முதலியவைகளைக் கட்டி, தேன் முதலிய அனுபானங்களில் வாதரோகம், சன்னி வாதம் முதலிய மிகக் கடுமையான நோய்களுக்குக் கொடுத் தலினால் குணம் அடைகின்றது.

வடமொழியில் உள்ள ஆயுர்வேத நூல்களில் கூறப்பட்டபடி அப்பிரேகத்தை நூற்றுக்கணக்கான புடங்களில் எரித்தால் அன்றி அதில் உள்ள மினுமினுப்பு போகிறதில்லை. ஆனால் தமிழ் முறைப்படி பத்துப்புடத்தில் மினுமினுப்பு மறைந்து பஸ்பமாய் விடுகிறது. தவிர, அப் பஸ்பத்துக்கு வீரியமும் மிகுதியாகும்.

கட்டு மருந்துகளை மிகக்கொடுமையான நோய்களுக்கு மிகவும் சிறிய அளவில் இரண்டு வேளைக்கு மேல் உபயோகிப்பதில்லை. இவ்வகை மிகச் சிறந்த நூற்றுக் கணக்கான முறைகள் தமிழ் வைத்தியத்தில் உண்டு.

ஆயுர்வேத முறைகளைப் பார்க்கிலும், அகத்திய வைத்திய முறை (சித்த வைத்தியம்) அநேக விதத்தில் வேறுபட்டதாகவே தோன்றுகிறது. அகத்திய வைத்திய சம்பந்தமான நூல்களில் உள்ள பரிபாஷைச் சொற்கள் வடமொழி நூல்களில் காணப்படாமல் இருப்பதே இதற்குப் போதுமான பிரமாணமாகும்.''

இது, காலஞ்சென்ற, பிரபல ஆயுர்வேத வைத்தியரான பண்டிட்- டி. கோபாலாச்சார்லு அவர்களின் பேச்சு. ஒரு ஆயுர்வேத வைத்திய மாநாட்டிலே இவ்வாறு பேசியிருக்கின்றார்.

மேலேகாட்டிய சி.எ. நாராயணசாமி அய்யர் கூற்றும், பண்டிட் கோபாலாச்சார்லுவின் பேச்சும் சித்த வைத்தியம் தனித்தன்மை படைத்தது என்பதைக் குறிக்கும்.

நாடிகளைப் பிடித்துப் பார்த்து நோய் இன்னது என்று அறியும் முறை சித்த வைத்தியத்துக்கே தனி உரிமை. ஆயுர்வேத முறையில் நோயாளியைத் தொடுதல், பார்த்தல், விசாரித்தல் இவைகளின் மூலந்தான் நோயைத் தெரிந்து கொள்ள முடியும். புல், பூண்டு, மூலிகை வகைகளை மருந்தாகப் பயன்படுத்தும் முறையே ஆயுர்வேத முறையாகும். ருக்வேதத்தில் நீரைப் பற்றியும், மூலிகைகளைப் பற்றியுமே பேசப்படுகின்றது: ரச, பாஷாண வர்க்கங்களைப் பற்றிக் கூறப்படவில்லை.

உலோக வகைகளை மருந்தாக மாற்றும் இரசாயன முறை தமிழ்ச் சித்த வைத்தியத்திற்கே உரிய உயர்ந்த முறையாகும்.

இவைகள், பண்டிட் கோபாலாச்சார்லு, டாக்டர் லட்சுமிபதி முதலிய பிரபல ஆயுர்வேத வைத்திய நிபுணர்களால் ஒப்புக்கொள்ளப்பட்ட உண்மைகள்.

ஆயுர்வேத வைத்தியம் பற்றி முதலில் எழுதப்பட்ட நூல் ஐத்ரேய சம்ஹிதை என்பது. இதை எழுதியவர் ஐத்ரேயர் என்பவர். இந்நூலில் உப்பு, உலோக வகை, ரச, பாஷாணாதி களைப் பற்றிச் சொல்லப்படவே இல்லை. ஆதலால் உப்பு, உலோகம், இரசம், பாஷாணங்களை மருந்தாக்கும் முறைகளைக் கூறும் சித்த வைத்தியம் தனித்தன்மை படைத்தது என்பதில் ஐயம் இல்லை. இதை ஆயுர்வேத வைத்தியர்கள் ஒப்புக் கொள்ளுகின்றனர்.

ஔஷதம் என்பது வடமொழிப் பெயர். ஓஷதம் என்ற சொல்லே ஔஷதம் ஆயிற்று. ஓஷதம் என்றால் ஒருமுறை பூத்துக் காய்த்து அழியும் பூண்டுகளையே- செடிகளையே- குறிக்கும். ஔஷதத்தை அவுடதம் என்றும், ஓஷதத்தை ஓடதம் என்றும் தமிழில் மாற்றி வழங்குவர். ஆகவே ஔஷதம் என்ற பெயரே பெரும்பாலும் மூலிகை வகைகளால் செய்யப்படும்

வைத்தியமே ஆயுர்வேத வைத்தியம் என்பதைக் குறிப்பதாகும்.

தமிழ்ச் சித்த வைத்தியத்துக்கும், ஆயுர்வேத வைத்தியத்துக்கும் மற்றொரு பெரிய வேற்றுமை உண்டு. ஆயுர் வேத வைத்தியம், மக்களுக்குச் சாவு உண்டு என்பதை ஒப்புக்கொள்ளுகின்றது; சாகாமல் வாழ மருந்துண்டு என்பதை ஒப்புக்கொள்ளவில்லை. சித்தர்களின் கொள்கை, மக்கள் சாகாமல் வாழலாம் என்பதே; நீண்டநாள் வாழலாம் என்பதே. இதற்கான பயிற்சியும், காயகல்பம் என்னும் மருந்து வகைகளும் சித்தர் நூல்களிலே சொல்லப்படுகின்றன.

மணியும் மந்திரமும்

மணி, மந்திரம், மருந்து(ஔடதம்) மூன்றும் சித்த வைத்தியத்தில் கூறப்படுகின்றன. மணி என்பது சோதிடம். வானத்தைப் பார்த்துக் காலத்தை அறிவது; பருவ நிலையை அறிவது. இவைகள் சோதிடம். மருந்துகளைக் கண்டறிந்த சித்தர்களுக்கு, பருவநிலையை அறியும் சோதிடம் என்னும் வான சாதிர அறிவும், மந்திர சக்தியும் தேவையாக இருந்தன.

பச்சிலைகளும், வேர்களும், கிழங்குகளும், காய்களும், விதைகளும் எல்லாம் எல்லாக் காலங்களிலும் கிடைப்பன அல்ல. ஒவ்வொன்று ஒவ்வொரு காலத்தில்தான் கிடைக்கும். அவ்வக்கால நிலைகளை அறியச் சோதிடம் அவசியமாக இருந்தது. மருந்துகளைப் புடமிடுவதற்கும் பருவகாலங்கள் உண்டு. நோயாளிகளுக்கும், நோய்களுக்கு மருந்து கொடுக்கும் போது, நோய்க்குத் தகுந்தவாறு பருவகாலம் அறிந்து மருந்து கொடுத்து வந்தனர். இதனால் சித்தர்கள்- சித்த வைத்தியர்கள்- சோதிடமும் அறிந்திருந்தனர்.

மந்திரங்களைப் பற்றியும், அவைகளை உச்சரிக்கும் உரு வேற்றும் முறைகளைப் பற்றியும் சித்தர் நூல்களிலே காணலாம். மந்திர எழுத்துக்களை அடைக்கும் சக்கரங்களும் கூறப்படு கின்றன.

நிறைமொழி மாந்தர் ஆணையின் கிளந்த
மறைமொழி தானே மந்திரம் என்ப

என்பது தொல்காப்பியம், செய்யுள் இயலில் காணப்படும் சூத்திரம். முனிவர்கள் கட்டளையிடும் முறையிலே கூறி வைத்திருக்கும் பொருள் மறைந்திருக்கும் மொழியே மந்திரமாகும் என்பதே இதன்பொருள்.

இதனால், மந்திரம் என்பது அதிகாரம் செய்வது போல் உச்சரிக்கப்படுவது, அர்த்தம் புரியாத சொல் என்பதை அறியலாம்.

மந்திர ஒலிகள் இன்றும் பயங்கர ஓசையுடன் அமைந் திருப்பதைக் காணலாம்; உரத்த சப்தமும், புதிய சப்தமும். நாம் சாதாரணமாகக் கேட்டும் பழகியும் அறியாத அதட்டல் உருட்டல் ஒலிகளும் மந்திரங்களில் அமைந்திருக்கக் காண்கிறோம்.

இத்தகைய மந்திரங்களைப் பற்றிச் சித்தர் நூல்களிலே தேர்ந்தவர்கள் கூறுவது குறிப்பிடத்தக்கது. மந்திர தந்திரம் என்ற இரட்டைத் தொடர் வழக்கத்தில் இருக்கிறது. மந்திரமும் தந்திரமும் இரண்டும் ஒன்றுக்கொன்று தொடர்புள்ளவை. இவை காடுகளிலும், மலைகளிலும் மருந்துகளுக்கான மூலப் பொருள்களைத் தேடித்திரிவோர்க்கு அவசியமாயிருந்தன என்று கூறுகின்றனர்.

மந்- திரம். மந்- மனசு; திரம்- உறுதி. மனத்தை உறுதி யாக்கிக்கொள்ளும் முறையே மந்திரமாகும். தன்- திரம்; தன்னை உறுதியிலே நிறுத்திக் கொள்ளுதல், தந்திரமாகும். சித்தர்கள், உள்ளத்திலே உறுதி பூண்டவர்கள்; அஞ்சாமல், கலங்காமல் ஒரு நிலையிலே நின்றவர்கள். அஞ்சாமல் ஒருநிலையிலே நிற்பதற்கு மந்திரங்களை உச்சரிக்கும் முறைகளைப் பழகியிருந்தனர்.

ஒலிக்கும் உருவம் உண்டு என்பது ஆராய்ச்சியாளர்கள் கருத்து. ஒலி வடிவைப் பலமுறை உச்சரித்து உள்ளத்தை வலுப் படுத்திக் கொள்ளுவதற்கே மந்திர எழுத்துக்கள் ஏற்பட்டிருக் கின்றன. அவ்வெழுத்துக்களைப் பலமுறை உருப்போடுவதற்கு உருவேற்றுதல் என்று பெயர். மந்திர எழுத்துக்களை, ஆயிரம், இரண்டாயிரம், லட்சம், கோடி என்ற கணக்கிலே உருவேற்றிக் கொள்ளுவதால் உள்ளம் உறுதி பெறுகின்றது; தான் சொல்வது பலிக்கும், செய்வது கைகூடும் என்ற திடநம்பிக்கையும் உண்டாகின்றது. இந்த நம்பிக்கை, அவர்கள் ஒருநிலையில் கலங்காமல் நிற்கவும் நடக்கவும் உதவுகிறது.

மந்திர சக்தியால் இத்தகைய ஆற்றலைப் பெற்றவர்கள் எதைக் கண்டும் அஞ்சமாட்டார்கள். மூலிகைகளுக்காகவும், உலோகப் பொருள்களுக்காகவும் அவர்கள் காடு மலைகளில் அலையும் போது பல ஆபத்துக்கள் ஏற்படுவது உண்டு. விஷப் பிராணிகள், கொடிய விலங்குகள் இவைகளிடமிருந்து தப்பித்துக் கொள்ள அவர்களுக்கு மந்திரங்கள் உதவி செய்தன. அவர்கள் நம்பிக்கையுடன், மன உறுதியுடன் கூச்சலிடும் பயங்கரமான ஒலிகளைக் கேட்டு விஷப் பிராணிகளும், விலங்குகளும் விலகியோடும். இவர்களின் உச்சரிப்பின் உருவம் அவைகளைத் தாக்கும் வல்லமை பெற்றிருந்தன.

இதுவே மந்திரங்களைப் பற்றிச் சித்தர் நூல் ஆராய்ச்சி யாளர்களின் கொள்கை. இது பொருத்தமாகவே காணப்படுகின்றது.

ரசவாத வித்தை

ரசவாதம் என்றால் இரும்பு முதலிய உலோகங்களைத் தங்கமாக்குவது என்று நம்புகின்றனர். சித்தர்கள் என்பவர்கள் இவ் வித்தையிலே தேர்ந்தவர்கள் என்று சொல்லுகின்றனர். இவ்வித்தையிலே வல்லவர்கள் சித்தர்கள் என்பதற்கான கதைகளும் வழங்குகின்றன. புராணங்களில் இத்தகைய கதைகளைக் காணலாம். சித்தர் நூல்களிலும் உலோகங்களைத் தங்கமாக்கும் முறைகள் சொல்லப்பட்டிருக்கின்றன; செம்பு, இரும்பு முதலி யவைகளை மூலிகைச்சாறுகளுடன்- வேறு உப்புகளுடன் - சரக்குகளுடன்- கலந்து புடம் வைத்துத் தங்கமாக்கலாம் என்று சொல்லப்பட்டிருக்கின்றன. அவற்றை நம்பி அத் துறையிலே பொருளைச் செலவழித்தவர்கள் உண்டு; செலவழிப்போரும் உண்டு.

இரும்பு, செம்பு, ஈயம், வெள்ளி, தங்கம் முதலியவை தனித் தனி உலோகங்கள். அவை ஒவ்வொன்றும் இயற்கையானவை. ஒரு உலோகத்தை மற்றொரு உலோகமாக மாற்ற முடியாது. ஆனால் ஒரு உலோகத்துடன் மற்றொரு உலோகத்தையோ, பல உலோகங்களையோ கலந்து வெவ்வேறு உலோகங்கள் போல காட்டலாம். இவ்வுண்மையை உணராதவர்களே, செம்பைப் பொன்னாக்குவது, இரும்பைப் பொன்னாக்குவது, ஈயத்தைத் தங்கமாக்குவது ரசவாதவித்தை என்று நம்பினர்; நம்புகின்றனர்.

சித்தர் நூல்களிலே தேர்ந்தவர்கள் ரசவாதம், வாதம் என்பதற்கு வேறு பொருள் கூறுகின்றனர். வேதித்தல் என்ற சொல்லே

வாதம் என்று திரிந்தது. வேதித்தல் என்பதற்கு மாறுபடுத்துவது என்று பொருள். வாதம் என்பதன் பொருள் மாறுபடுதல் என்பது. நம்மைச் சுற்றிலும் உள்ள பொருள்கள் ஒவ்வொன்றும் மாறிக் கொண்டே யிருக்கின்றன. இந்த மாற்றம் மெதுவாகவோ, விரைவாகவோ நடந்துகொண்டே யிருக்கின்றது. இந்த மாற்றங்கள் எப்படி உண்டாகின்றன என்பதைக் கண்டறிவதே வாதமாகும். இயற்கையான இந்த மாற்றங்களைச் செயற்கை முறைகளாலும் கண்டறியலாம். ஆதலால், இயற்கையான உலோக வகைகளின் மாறுதல்களை-மாறுதலால் ஏற்படும் குணங்களைச் செயற்கை முறைகளால் ஆராய்ந்து காண்பதையே வாதம் என்று கூறினர். இது, வாத வித்தையின் உண்மையறிந்தோர் கருத்து.

வாத வித்தையைப் பற்றி வழங்கும் பழமொழிகளும் இவ் வுண்மையைக் காட்டுகின்றன. வாத வைத்தியம், வாதம் சுட்டு வைத்தியன் ஆனான், வாதங் கெட்டால் வைத்தியம் என்பன அப் பழமொழிகள். தங்கத்தில் ஆசை வைத்து வாதம் சுடுவதிலே பழகிய பலர் சிறந்த வைத்தியர்களாகி யிருக்கின்றனர்.

வைத்தியர்களுக்கு மருந்துகளின் குணங்களும், மருந்துக்குப் பயன்படும் மூலப் பொருள்களின் குணங்களும் தெரிந்திருக்க வேண்டும். ஆதலால் தான் வாத முறையைப் பற்றிச் சித்தர் நூல்கள் கூறுகின்றன.

ரச வாதம் என்பது, ரசம் என்னும் இயற்கைப் பொருளின் தன்மைகளை ஆராய்ந்து அறிதல். மருந்து வகைகளிலே ரசம் ஒரு முதன்மையான மருந்து என்பதை வைத்தியந் தெரிந்தவர்கள் அறிவார்கள். ரச பஸ்பம், ரச செந்தூரம், ரசக் கட்டு முதலியன ஒப்புயர்வற்ற மருந்துகள். பல நோய்களுக்கு-தீராத பல கொடிய நோய்களுக்கு- ரசம் சம்பந்தமான மருந்துகள் கொடுக்கப்படுகின்றன. ஆகவே, ரசவாதம்

என்றால் ரசத்தின் மாறுதல்களை அறிவது என்றே பொருள். வாதம்- பண்டங்களின் மாறுதல்களைக் காண்பது.

விஞ்ஞான ஆராய்ச்சி

சித்தர்கள் கண்டறிந்த இந்த வாத வித்தையே சிறந்த விஞ்ஞான ஆராய்ச்சியாகும். இந்த வாத வித்தைதான் சிறந்த ரசாயன ஆராய்ச்சியாகும்.

உலோக வகைகள், உப்பு வகைகள், பாஷாண வகைகள், வேர் வகைகள், இலை வகைகள், விதை வகைகள், பட்டை வகைகள், பூ வகைகள், முத்து, பவளம் முதலிய கடல்படு திரவிய வகைகள், பிராணிகளின் உடம்பிலே உற்பத்தியாகும் கோரோசனை, கதூரி, மூத்திரம், மலம் முதலிய வகைகள்- இவைகளின் குணங்களையெல்லாம் அவர்கள் ஆராய்ந்து கண்டுபிடித்திருப்பது அற்புதமான செயல்.

பண்டங்களின் பண்புகளை ஆராய்ந்ததனால் இன்னின்ன சரக்குகளைச் சேர்த்து இன்னின்ன மருந்துகளைச் செய்யலாம் என்று அறிந்தனர்; இன்னின்ன மருந்துகள் இன்னின்ன நோய் களைத் தீர்க்கும் என்றும் கண்டனர். ஒரு நோய்க்குப் பல மருந்துகள், பல நோய்களுக்கு ஒரே மருந்து; உள்ளுக்குள் சாப்பிடும் மருந்து; உடம்பில் பூசிக் கொள்ளும் மருந்து; மூக்கினால் முகரும் மருந்து; நோய்க்கு மருந்து; பலவீனத்துக்கு மருந்து; நீண்டநாள் உயிர் வாழ்வதற்கு மருந்து- இவ்வாறு பலவகையான மருந்துகளைக் கண்டறியத் துணை செய்தது. ரசவாதம் என்னும் ரசாயன ஆராய்ச்சியே யாகும்.

இன்று இருப்பது போன்ற பரிசோதனை சாலைகள் அக்காலத்தில் இல்லை; கருவிகள் அக்காலத்தில் இல்லை; வசதிகள் அக்காலத்தில் இல்லை. அந்த நிலையில் காட்டிலும்,

மலையிலும், குகையிலும் வாழ்ந்த அறிஞர்கள் - சித்தர்கள்- தங்கள் ஆராய்ச்சிகளை நடத்தியிருக்கின்றனர். அவர்கள் செய்திருக்கும் இரசாயன ஆராய்ச்சி இன்றைய விஞ்ஞான ஆராய்ச்சிக்கு ஒத்திருப்பதைக் காணும் போது வியப்புண்டா கின்றது. இத்தகைய ஆராய்ச்சிகளைச் செய்த அவர்களை அறிஞர்கள், சித்தர்கள், மகான்கள், முனிவர்கள், தியாகிகள் என்று போற்றுவதிலே தவறில்லை.

சித்தர்களும் சீனர்களும்

நமது நாட்டுச் சித்தர்களுக்கும், சீன நாட்டு மருத்துவர் களுக்கும் ஆயிரக்கணக்கான ஆண்டுகளுக்கு முன்பே தொடர்பு உண்டு என்று தெரிகின்றது. இது உண்மையென்று கொள்கின்றனர் பலர்.

போகர் என்பவர் தமிழ்நாட்டுச் சித்தர்களிலே ஒருவராகக் கருதப்படுகிறார். இவர் சீனர். சீனத்திலிருந்து தமிழகத்துக்கு வந்தவர். தமிழ்நாட்டில் பல இடங்களிலும் சுற்றுப்பிரயாணம் செய்தவர்; பழனி மலையிலே தங்கியிருந்தார். இவர் சீன மருத்துவ முறைகளையும் தமிழர்களுக்குக் கூறியிருக்கலாம். இவர் பழனியிலே சமாதியானார் என்றும், சீனத்திற்குத் திரும்பிப் போய் விட்டார் என்றும் சொல்லுவோர் உண்டு. இவர் சீனத்திற்குத் திரும்பிச் சென்றிருந்தால் அங்கும் சித்த வைத்திய முறை பரவியிருக்கும் என்பதில் ஐயம் இல்லை.

இவருடைய வைத்திய முறைகளைத் தமிழில் பாடல்களாக எழுதி வைத்திருக்கின்றனர். போகர் எழுநூறு. போகர் இரத்தின வைப்பு முதலிய நூல்கள் இவர் பெயரால் வழங்குகின்றன.

புலிப்பாணி என்பவரும் சீனர். இவரையே வியாக்ரபாதர் என்று குறிப்பிடுகின்றனர். இவர் போகருடன் தமிழகத்திற்கு

வந்தவர் என்றும், போகரின் மாணவர் என்றும் சொல்லுகின்றனர். இவர் பெயராலும் வைத்திய நூல்களும், ஜால வித்தை நூல்களும் வழங்குகின்றன.

சீன நாட்டு வைத்தியம் நமது நாட்டுச் சித்த வைத்தியம் போலவே சிறந்து விளங்குகின்றது.

சித்த வைத்தியத்தால் தீராத நோயே இல்லை. கர்ம வியாதி, தீர்க்க முடியாத நோய், அனுபவிக்கவேண்டும் என்பது தலைவிதி என்று சொல்லப்படும் குட்டம் போன்ற பெருநோய்களுக் கெல்லாம் சித்த வைத்தியத்தில் மருந்துகள் உண்டு. பெருநோய்கள் தீர்க்கப்படுகின்றன. சீன நாட்டு வைத்தியத்திற்கும் இத்தகைய பெருமை உண்டு. சித்த வைத்தியத்தில் சிறந்த கண் வைத்திய முறைகளும் உண்டு.

ஒடிந்த எலும்பை ஒட்டவைக்கும் பச்சிலைகள் சித்த வைத்தியத்தில் உண்டு; முறிந்த எலும்பை வளர வைக்கும் பச்சிலைகளும் உண்டு. இந்த முறையைத் தமிழ் வைத்தியர்களும் கையாளுகின்றனர்; சீன நாட்டு வைத்தியர்களும் கையாளுகின்றனர். இவைகள் சீன நாட்டு வைத்தியத்துக்கும், தமிழ்நாட்டு வைத்தியத்துக்கும் தொடர்புண்டு என்பதைக் காட்டும்.

ஆயுர்வேத வைத்தியம் நமது நாட்டிலே- பாரத நாட்டிலே- பரவியிருக்கும் வைத்தியம். பண்டைச் சித்தர்கள் பலர் ஆயுர்வேத வைத்திய முறையையும் அறிந்தவர்களாகத்தான் இருந்திருக்க வேண்டும். ஆதலால் இன்று வழங்கும் சித்த வைத்திய நூல்களிலே ஆயுர்வேத மருந்து முறைகளும் கலந்திருந்தால் அதில் வியப்பில்லை.

சித்தர் நூல்கள்

சித்த வைத்திய நூல்கள் ஏராளமாக இருக்கின்றன. அவற்றுள் அச்சில் வெளிவந்தவை பல; அச்சாகாமல் இன்னும் ஏட்டுச் சுவடிகளாகவே கிடப்பன பல; காப்பாற்றப்படாமல் அழிந்து போனவை பல.

திருமூலர், அகத்தியர், தேரையர் முதலியோர் நோய்களின் குணங்களைப் பற்றியெல்லாம் எழுதியிருக்கின்றனர். குணவாகடத் திரட்டு என்னும் நூலிலே அவற்றைக் காணலாம். சட்டைமுனி வாத காவியம் ஆயிரம் என்னும் நூல், வாத வித்தையைப் பற்றிக் கூறுவது.

அகத்தியர் பெயரால் வழங்கும் பல நூல்கள் இருக்கின்றன. வைத்திய காண்டம், அகத்தியர் பரிபூரணம் நானூறு, அகத்தியர் வைத்திய ரத்தினச் சுருக்கம், அகத்தியர் அருளிய செந்தூரம் முன்னூறு, அகத்தியர் வைத்திய பூரணம் முதலிய பல நூல்கள் வெளிவந்திருக்கின்றன.

தேரையர் அருளிய தைல வர்க்கச் சுருக்கம், தேரையர் வைத்திய காவியம், தேரையர் வைத்தியம் ஆயிரத்தொன்று நீர்நிறக் குறி சாத்திரம் முதலிய நூல்கள் தேரையர் பெயரால் வழங்குகின்றன. நீர்நிறக் குறி சாத்திரத்திலே, சிறுநீரின் நிறத்தைக் கொண்டு நோய்களைக் கண்டறியும் வழி சொல்லப்படுகின்றது.

போகர் பெயரால் போகர் எழுநூறு, போகர் இரத்தின வைப்பு முதலிய நூல்களும், கோரக்கர் பெயரால் மலைவாகடம் என்னும் நூலும், மச்சமுனி பெயரால் மச்சமுனி நாயனார் எண்ணூறு என்னும் நூலும், உரோம ரிஷி பெயரால் உரோமரிஷி நாயனார் வைத்தியம் ஐந்நூறு என்னும் நூலும், திருமூலர் பெயரால் திருமூலர் எண்ணாயிரம் என்னும் நூலும் சிறந்த வைத்திய நூல்களாக விளங்குகின்றன.

இராமதேவருக்கு யாகோபு என்று மற்றொரு பெயர். இவர் பெயரால் வைத்தியக் கல்லாடம் முதலிய 17 நூல்கள் வழங்குகின்றன.

தன்வந்திரி முனிவர் பெயரால் வைத்தியக் கும்மி, வைத்திய காவியம், கருக்கடை நிகண்டு முதலிய நூல்கள் வழங்குகின்றன.

திருவள்ளுவர் பெயரால் ஏணி ஏற்றம் இருநூறு, ஞான வெட்டியான் முதலிய நூல்கள் வழங்குகின்றன. லாட சித்தர் என்பவரும் வைத்திய நூல் எழுதியுள்ளார்.

சித்தர்களின் வைத்திய நூல்களை ஆராய்ந்தால் பல உண்மைகளைக் காண முடியும். சித்தர்களின் வைத்திய முறையை இதுவரையில் அலட்சியம் செய்து வந்தனர். மேல் நாட்டு வைத்தியங் கற்றவர்கள் இப்பொழுதுதான் அதன் பெருமையை அறியத் தொடங்கியிருக்கின்றனர்.

3. சித்தர்களின் கொள்கை

சித்தர்களின் ஞானப் பாடல்கள்

சித்தர்கள் பெயரால் வழங்கும் வைத்திய நூல்களைத் தவிர, அறிவைப் புகட்டும் வேறு பல பாடல்களும் வழங்குகின்றன. சிவவாக்கியர் பாடல், பாம்பாட்டிச் சித்தர் பாடல், குதம்பைச் சித்தர் பாடல், திருவள்ளுவர் ஞானம், இடைக்காட்டுச் சித்தர் பாடல், அகப்பேய்ச் சித்தர் பாடல், அகத்தியர் ஞானம், அழுகணிச் சித்தர் பாடல், கொங்கணர் பாடிய வாலைக் கும்மி, சட்டைமுனிநாயனார் ஞானம், காகபுசுண்டர் ஞானம் முதலிய பல பாடல்கள் இருக்கின்றன.

திருமூலர் திருமந்திரம், ஔவையார் ஞானக் குறள், ஞான வெட்டியான் முதலிய நூல்களையும், சித்தர்களின் கருத்தடங்கிய நூல்களாகவே கொள்ள வேண்டும்.

மதம், சமுதாயம்- இவைகள் பற்றிய சித்தர்களின் கொள்கைகளைச் சித்தர் பாடல்களிலே காணலாம்.

சித்தர்களின் பாடல்களிலே சிவபெருமான், சக்தியின் பல கூறுகளான தெய்வப் பெயர்கள், முருகன், விநாயகர் முதலிய தெய்வப் பெயர்கள் எல்லாம் வருகின்றன. பஞ்சாட்சரம் முதலிய மந்திரங்கள் கூறப்படுகின்றன. சித்தர்களின் பாடல்களை மேலோட்டமாகப் பார்க்கும் போது அவர்கள் பக்திமான்களைப் போலவே- வைதீக மதவாதிகள் போலவே- பல தெய்வங்களை உபாசிப்பவர்கள் போலவே- காணப்படுகின்றனர்.

ஆனால் சித்தர் பாடல்களை ஆழ்ந்து படித்தால், அவர்கள் வைதீக மதத்திற்கு எதிரானவர்களாகவே காணப்படுகின்றனர். வைதீக மதக் கொள்கைகள் பலவற்றைத் தாக்குகின்றனர். ஆனால் அவர்கள் தங்களை நாத்திகர்கள் என்றோ, உலகாயதர்கள் என்றோ வெளிப்படையாகச் சொல்லிக் கொள்ளவில்லை; வெளிப்படையாகப் பாடவில்லை. கடவுள் அன்பர்கள் போலவே காட்சியளிக்கின்றனர். ஆயினும், சித்தர்களின் பாடல்களிலே உலகாயதத்தை - நாத்திகத்தைப் பற்றிய கண்டனங்களும் காணப் படவில்லை என்பது குறிப்பிடத்தக்கது.

மதவாதிகள், கடவுள் பக்தர்கள், அவனன்றி அணுவும் அசையாது என்ற நம்பிக்கையுள்ளவர்கள். மக்கள் நூறாண்டுகள் தான் உயிர்வாழ முடியும் என்று நம்புகின்றனர். சித்தர்களின் நம்பிக்கை இதற்கு மாறானது. நூற்றுக்கணக்கான ஆண்டுகள், ஆயிரக்கணக்கான ஆண்டுகள் உயிர் வாழ முடியும் என்பது சித்தர்களின் நம்பிக்கை; மக்கள் சாவாமல் வாழவும் முடியும் என்றும் கூறுகின்றனர்.

இவ்வுலகிலே பிறந்த மக்கள், முன்பிறப்பில் செய்த பாவ புண்ணியங்களுக்குத் தக்கபடி இன்பத்தையோ, துன்பத்தையோ அனுபவிக்கின்றனர். அவர்கள் முன் செய்த பாபம் காரணமாகப் பல நோய்களையும் அடைகின்றனர். இத்தகைய நோய்களுக்குக் கர்ம வியாதிகள் என்று பெயர். கர்ம வியாதிகளைத் தீர்க்க முடியாது. அவற்றை அடைந்தோர் அவற்றின் கொடுமையை அனுபவித்துத்தான் கழிக்க வேண்டும் என்பது வைதீர்களின் கொள்கை. சித்தர்கள் இக்கொள்கையை நம்பவில்லை.

மக்கள் இவ்வுலகில் யாதொரு துன்பமும் இல்லாமல் இன்பத்துடன் வாழ முடியும். துக்கம் இல்லாமல் என்றும் மகிழ்ச்சியுடன் இருப்பதற்கு வழி உண்டு; கர்மவியாதிகள் என ஒன்றுமேயில்லை; தீராத நோய்கள் என எதுவும் இல்லை;

எல்லா நோய்களையும் தீர்த்துவிட முடியும்; என்றும் மாறாத இளமையுடன் வாழ முடியும் என்று சித்தர்கள் நம்புகின்றனர்.

மக்கள் நோயின்றி நல்வாழ்வு வாழ்வதற்காகவே- கவலை யின்றி ஆனந்தத்துடன் வாழ்வதற்காகவே- நரை, திரை, மூப்பு, பிணியின்றி வாழ்வதற்காகவே- யோகப் பயிற்சியை வலியுறுத்தியிருக்கின்றனர். மூச்சை நமது விருப்பப்படி விடவும், இழுக்கவும், நிறுத்தவும் பழகுவதே யோகப் பயிற்சி. இப் பயிற்சிக்காகவே யோகாசனங்களைப் பற்றிக் கூறியிருக்கின்றனர். இதற்குமேலும் நோய் வந்தால் அதை விரட்டுவதற்கு மருந்துகள் கண்டுபிடித்திருக்கின்றனர்; நீண்டநாள் வாழ்வுக்காகக் காயகல்பங்கள் என்னும் மருந்து வகைகள் கூறுகின்றனர். யோகப் பயிற்சியாலும், மருந்துகள், கற்பங்களாலும் நீண்டநாள் வாழலாம்; மகிழ்ச்சியுடன் வாழலாம்; என்றும் இளமையுடன் வாழலாம் என்னும் இக் கொள்கை வைதீக மதத்திற்கு மாறானது என்பதில் ஐயம் இல்லை.

வைதீக மதமும், சித்தர்களும்

உடம்பு வேறு; உயிர் வேறு; உடம்பு பெரியது; கண்ணால் காணக்கூடியது; அதாவது தூலமாக இருப்பது. உயிர் நுண்ணியது; கண்ணால் காணமுடியாதது; சூட்சுமமானது. உடம்பு நிலையற்றது; அழிந்துவிடும் இயல்புள்ளது. உயிர் நிலையுள்ளது; என்றும் அழியாமல் இருப்பது; ஆதலால் உடம்பின் சுகம் கருதிப் பாடுபடுவது அறியாமை. உடம்பைப் பாதுகாப்பதற்காகக் காலங்கழிப்பவர்கள் உண்மை அறியாதவர்கள். இறந்தபின் உயிர் துன்புறாமல், இன்பம் அடைய நினைப்பவரே- இதன் பொருட்டு முயல்கின்றவரே அறிவுள்ளவர்கள்; ஞானிகள் என்பது மதவாதிகளின் கொள்கை. இக் கொள்கையைச் சித்தர்கள் ஒப்புக் கொள்ளவில்லை.

உயிரும் உடம்பும் ஒன்றே. உடம்பில்லாமல் உயிர் வாழ முடியாது. இரண்டும் தனித்தனியாக இயங்க முடியாது உடம்பிலே தோன்றி உடம்புடன் வாழ்வதே உயிராகும். உடம்பு அழிந்தால் உயிரும் அழிந்துபோகும். ஆதலால் உடம்பைப் பாதுகாப்பதே உயிரைப் பாதுகாப்பதாகும். உடம்பை அப்பழுக் கின்றி- மாசுமறுவின்றி- வலுவுடையதாக வைத்துக் காப்பதே உயிரைக் காப்பதாகும். இதுவே சித்தர்களின் கொள்கை; நம்பிக்கை.

உடம்பார் அழியின் உயிரார் அழிவர்;
திடம்பட மெய்ஞ்ஞானம் சேரவும் மாட்டார்;
உடம்பை வளர்க்கும் உபாயம் அறிந்தே
உடம்பை வளர்த்தேன்; உயிர்வளர்த்தேனே

என்பது திருமூலர் திருமந்திரப் பாட்டு. உடம்பு அழிந்தால் உயிரும் அழியும்; உடம்பை அழியவிடுகின்றவர் உறுதியான உண்மை அறிவைப் பெறமாட்டார். ஆதலால் உடம்பை அழியாமல் வளர்க்கும் வழியை அறிந்தேன்; உடம்பைப் பழுது படாமல் வளர்த்தேன்; அதனால் உடம்போடு கூடிய- ஒன்று பட்ட உயிரையும் வளர்த்தேன் என்பதே மேலேகாட்டிய திருமந்திரத்தின் பொருள்.

இன்றைய விஞ்ஞானிகளும், ஆன்மா தனித்த ஒரு பொருள் என்பதை ஒப்புக்கொள்ளவில்லை. ஆன்மா என ஒன்று தனியாக- மதவாதிகள் சொல்லுகின்றபடி அழியாத- தனிப் பொருளாக இல்லையென்பதே பல விஞ்ஞானிகளின் கருத்து. சித்தர்களின் கொள்கை இதற்கு ஒத்திருப்பதைக் காண்கின்றோம்.

உடம்பு மாயம், பொய்யானது என்பதைச் சித்தர்கள் ஒப்புக்கொள்ளவில்லை. காயமே இது பொய்யடா என்று பாடப்படும் சித்தர் பாடல்கள் பிற்காலத்தார் கொள்கை

என்றே கூறுகின்றனர். உடம்பு மெய், அழியாமல் வைத்துக் காப்பாற்றக் கூடியது என்பதுதான் சித்தர்களின் கொள்கை. உடம்புக்கு மெய் என்று ஒரு பெயர். உண்மையானது உடம்பு என்ற பொருளையே மெய் என்ற இச்சொல் குறிக்கும். நாம் காணும் பஞ்ச பூதங்கள் உண்மையானவை; நிலம், நீர், நெருப்பு, காற்று, வானம் இவைகளைக் கண்முன் காண்கிறோம். இவற்றைப் பொய்யென்று சொல்ல முடியாது. இப் பஞ்சபூதங்களின் சேர்க்கையாலான உடம்பைப் பொய் என்று சொல்லுவது பொருந்தாது. இதுவே சித்தர் வழியினர் கூறும் வாதம். இது வைதீக மதத்துக்கு முரண்பட்டது என்பதில் ஐயம் இல்லை.

படைத்தல், காத்தல், அழித்தல் வினைகளைச் செய்யும் கடவுளர்கள் தனித்தனியே இருக்கின்றனர் என்பது புராணக் காரர்கள் கொள்கை. தெய்வம் ஒன்றே என்று நம்பும் மத நம்பிக்கையுள்ளவர்கள் ஒரே கடவுள்தான் இம்மூன்று தொழில்களையும் செய்துவருவதாகக் கூறுகின்றனர். சித்தர்களின் கொள்கை இதற்கு மாறானது. தனித்த ஒரு படைப்புக் கடவுளைச் சித்தர் மரபினர்- அவர்கள் வழியைப் பின்பற்றுவோர்-பலர் ஒப்புக்கொள்ளவில்லை.

இவ்வுலகில் உள்ள ஆண் பெண்கள்தான் உலகைப் படைப்பவர்கள்; காப்பவர்கள்; அழிப்பவர்கள். ஆண் பெண் கூட்டுறவால்தான் - சேர்க்கையால்தான்- முத்தொழில்களும் நடைபெறுகின்றன. உலகத்துக்கு மூலகாரணம் சிவசக்தி. சிவம் என்பது ஆண்; சக்தி என்பது பெண். இவ்வுண்மையைக் காட்டவே சிவலிங்கங்கள் தோன்றின. இலிங்கத்தின் அடிப்பாகம்- வட்டமும் தட்டையுமான பாகம் சக்தியைக் குறிப்பது; மேலேயுள்ள குழவி போன்ற பகுதி சிவத்தைக் குறிப்பது. சிவமாகிய ஆணும், சக்தியாகிய பெண்ணும் சேர்ந்ததே சிவலிங்கம். உலக உற்பத்தியை உணர்த்தவே இலிங்க உருவம் தோன்றியது. இதுவே சித்தர்களின் கொள்கை.

பரமாத்மா வேறு; ஜீவாத்மா வேறு. பரமாத்மா பேரறிவு படைத்தது; எல்லாம் வல்லது. ஜீவாத்மா சிற்றறிவும் சிறு தொழிலும் உள்ளது. பரமாத்மாவுக்கு எல்லாவற்றையும் தாமே உணரும் ஆற்றல் உண்டு. ஜீவாத்மா உணர்த்தினால் தான் உணரமுடியும் இயல்புள்ளது. பரமாத்மாவைக் காண வொட்டாமல் தடுத்து நிற்பது மாயை; அறியாமை. அது ஒழிந்தால்தான் ஜீவாத்மா பரமாத்மாவைக் காண முடியும். பரமாத்மாவுடன் சேர்ந்தோ, அல்லது அதன் அருகிலே தனித்திருந்தோ நிலையான இன்பத்தை அடைய முடியும். இவ்வாறே பல மதங்கள் கூறுகின்றன.

சித்தர் வழியினர் இக்கொள்கையை ஒப்புக்கொள்ளவில்லை. பரமாத்மா எங்கும் தனியாக இல்லை; நமது உடம்பு தான் பரமாத்மாவின் இடம்; ஆதலால் கடவுளைத் தேடி எங்கும் அலைய வேண்டாம்; உடம்பைப் பேணுவதே கடவுட்பணி; உடம்பினுள்ளேயே பரமாத்மாவைக் கண்டு மகிழ்ந்திரு என்பதே சித்தர்களின் கொள்கை.

உடம்பினைப் பெற்ற பயன் ஆவது எல்லாம்
உடம்பினில் உத்தமனைக் காண்

என்பது ஔவையின் ஞானக் குறள். இக்குறள், உடம்பைப் பெற்ற பயன், உடம்பிலேயே உத்தமனை- பரமாத்மாவைக் காண்பதுதான் என்று கூறிற்று. உடம்பு தான் கடவுள் என்ற கருத்து இக்குறளில் அமைந்திருப்பதை அறியலாம்.

சித்தர்கள் சமரச ஞானிகள்

வைதீக மதம் வருணாசிரம தர்மத்தை ஒப்புக் கொள்ளுகிறது. வருணாசிரம தர்மங் காரணமாக உயர்ந்த சாதி, தாழ்ந்த சாதி என்ற கொள்கைகள் ஏற்பட்டன. பாரத நாட்டிலே சாதி வேற்றுமை ஆயிரக்கணக்கான ஆண்டுகளாக நிலைத்து

நிற்கின்றது. மனித சமுதாய ஒற்றுமையைச் சிதைக்கும் புல்லுருவி, சாதி வேற்றுமை. சாதி வேற்றுமையும், வருணாசிரம தர்மமும் சரிதான் என்று வாதிப்போர் இன்றும் உள்ளனர். சித்தர்கள் இக் கொள்கையை ஒப்புக் கொள்ளவில்லை.

மனித குலம் அனைத்தும் ஒரே இனம்; ஒரே சாதி என்பதுதான் சித்தர்களின் கொள்கை. சித்தர்களின் பாடல்களிலே சாதி வேற்றுமையைப் பலவாகத் தாக்கிப் பாடியிருக்கின்றனர். சாதி வேற்றுமை பாராட்டுவோரை மூடர்கள் என்றும், கொடியவர்கள் என்றும் கடிந்து கூறியிருக்கின்றனர்.

சித்தர்களின் பாடல்களிலே மத வெறுப்பைக் காண முடியாது. எந்த மதத்தையும் அவர்கள் நேரடியாகத் தாக்கிப் பாடவில்லை. மொழி வெறியோ இன வெறியோ அவர்களிடம் காணப்படவில்லை. சித்தர்களின் பாடல்களிலே வடசொற்கள் தாராளமாக வழங்கப்பட்டிருக்கின்றன. சீனர்களும் சித்தர்களாகப் போற்றப்பட்டிருக்கின்றனர். போகர், புலிப்பாணி ஆகிய சித்தர்கள் சீனர்கள்; சீன தேசத்திலிருந்து வந்தவர்கள்; மொழியாலும் இனத்தாலும் வேறுபட்டவர்கள். ஆயினும் இவர்களும் தமிழ்நாட்டுச் சித்தர்களால் போற்றப்படுகின்றனர்.

சித்தர்களிடம் வடநாடு, தென்னாடு என்ற வேற்றுமையும் இல்லை. வான்மீகர், தன்வந்திரி, பதஞ்சலி, அகத்தியர், திருமூலர் முதலியவர்கள், கோரக்கர் போன்ற சித்தர்கள் வடநாட்டின ராலும் போற்றப்படுகின்றனர்; தென்னாட்டாராலும் போற்றப் படுகின்றனர். இவர்கள் பாரத நாட்டுக்கே பொதுவானவர்கள். இவர்கள் வடநாட்டினர் என்று கூறுவோர் உண்டு. எந்நாட்டின ராயினும் சரி; தமிழ்நாட்டுச் சித்தர்கணத்துள் சிறந்து விளங்குகின்றனர்.

கடவுள் பெயரால் நடத்தும் தேர் திருவிழாக்களையும், உருவ வணக்கத்தையும் சித்தர்கள் கண்டித்துப் பாடியிருக் கின்றனர். இவைகள் அறிவற்ற செயல்கள் என்பதே அவர்கள் நம்பிக்கை.

சித்தர் நெறியைப் பின்பற்றுவோர்- பாராட்டுவோர்- சிலர், சித்த மார்க்கந்தான் தமிழகத்து மதம் என்று கூறுகின்றனர். இன்றுள்ள மதங்கள் தோன்றுவதற்கு முன்னே, மத நூல்கள் தோன்றுவதற்கு முன்னே தமிழகத்தில் சித்தர் மதந்தான் பரவியிருந்தது என்று கூறுகின்றனர். இது உண்மையென்று கொள்வதற்கில்லை.

புறநானூற்றின் 214- வது பாடல் கோப்பெருஞ்சோழனால் பாடப்பட்டதாக வழங்குகின்றது. அப் பாடலின் மூலம், மறு பிறப்பு இல்லையென்று வாதிப்போர் தமிழ்நாட்டில் இருந்தனர் என்று தெரிகின்றது. பரிபாடலின் ஐந்தாவது பாடலில், மறுபிறப்பு இல்லையென்போர் கண்டிக்கப்பட்டிருக்கின்றனர். ஆகவே இவர்கள்- மறு பிறப்பு இல்லையென்போர்- சித்தர் கொள்கையினராக இருந்திருக்கலாம். பழந்தமிழகத்தில் இத்தகையோர் இருந்தனர் என்பதற்கு இவை சான்றாகும்.

சித்தர்களின் வைத்திய முறைகள், காலங் குறிப்பிட முடியாத பழமையானவையாக இருக்கலாம்; தமிழ்நாட்டுக்கு உரிய தனிச் செல்வமாக இருக்கலாம். பண்டைத் தமிழரின் விஞ்ஞான அறிவின் சிகரமே சித்தர் வைத்தியம் என்பதில் ஐயம் இல்லை.

ஆனால், சித்தர் பாடல்களிலே காணப்படும் மத- சமுதாயக் கொள்கைகள் வைதீக மதம் பரவிய பின்பே தோன்றியிருக்க வேண்டும்; மதக் கொள்கைகளிலே சில, மக்களை அடிமை களாகவும், அறிவற்றவர்களாகவும் ஆக்குவதைக் கண்ட பின்னரே ஏற்பட்டிருக்கவேண்டும்; மக்களிடம் மூட

நம்பிக்கைகள் வளர்ந்த பின்னரே தோன்றியிருக்கவேண்டும். வைதீக மதங்களில் கொள்கைகளுக்கு முரணான கொள்கைகள்- அவைகளை எதிர்ப்பது போன்ற கவிகள்- சித்தர் பாடல்களிலே காணப்படுகின்றன. ஆகவே, வைதீக மதக் கொள்கைகள்- புராணக் கொள்கைகள்- பரவிய பின்பே, பகுத்தறிவுக் கொள்கை என்று பலரால் பாராட்டப்படும் சித்தர்களின் கொள்கைகளும், பாடல்களும் பிறந்தன என்பதே உண்மையாகும்.

வேத மதம் எப்பொழுது உண்டாயிற்றோ- கடவுள்தான் உலகப் படைப்பு நிகழ்ச்சிகளுக்கெல்லாம் காரணம் என்ற கொள்கை எப்பொழுது தோன்றியதோ- அப்பொழுதே கடவுள் கொள்கையை மறுக்கும் மதமும் பிறந்துவிட்டது என்பதை நினைவில் வைத்துக் கொள்ள வேண்டும். எல்லாம் இயற்கையே என்று வலியுறுத்தும் சார்வாக மதம்- நாத்திக மதம்- உலகாயத மதம்- பழமையானது என்பதை மறுப்பார் இல்லை. சித்தர்கள் கொள்கையும், சார்வாக மதக்கொள்கையும் ஒத்திருப்பது குறிப்பிடத்தக்கதாகும்.

சித்தர்கள், மக்கள் அனைவரும் ஒழுக்கந் தவறாமல் வாழவேண்டும் என்பதை வலியுறுத்திப் பாடியிருக்கின்றனர். பொய், சூது, கொலை, குடி, விபச்சாரம் முதலியவற்றை வன்மையாகக் கண்டித்திருக்கின்றனர். கூடா ஒழுக்கம் உடல் நோயை உண்டாக்கும்; நல்வாழ்வுக்கு உலைவைப்பது. கூடா ஒழுக்கத்தைப் பின்பற்றாதவர்களே யோகப் பயிற்சியிலே வெற்றி பெற முடியும்; உடல் வலிமையுடன் நீண்டநாள் வாழமுடியும். இதன்பொருட்டே நல்லொழுக்கத்தைப் போற்றியும், தீயொழுக் கத்தைக் கடிந்தும் பாடியிருக்கின்றனர்.

மனித சமுதாயத்தை நேசிக்கும்படி சித்தர்களின் பாடல்கள் வலியுறுத்துகின்றன.

சித்தர்களின் பாடல்களிலே இவைகளைக் காணலாம். இத்தகைய சித்தர்கள் மதவாதிகள் அல்லர்; வைதீகர்கள் அல்லர்; சுயநலம் கொண்டவர்களும் அல்லர். மனிதாபிமானிகள்; பகுத்தறிவுவாதிகள்; தமக்கென வாழாப் பிறர்க்குரியாளர்கள் என்றே இவர்களைக் குறிப்பிடலாம். சித்தர்களை உலகாயதர்கள் என்று கூறினால், இதை இல்லையென்று எளிதில் மறுக்க முடியாது.

4. பாம்பாட்டிச் சித்தர் பாடல்

சித்தரின் சிறப்பு

சித்தர்கள் பாடல்களிலே பாம்பாட்டிச் சித்தர் பாடல்களைப் பலரும் பாடுகின்றனர்; பாடி இன்புறுகின்றனர். எளிய சந்தமுள்ள இனிய பாடல்; படித்தவர் முதல் பாமரர் வரை அனைவரும் சுவைக்கும் அரிய பாடல். பாம்பு படம் எடுத்து ஆடுவதுபோலவே அப்பாடல்களும் ஆடுகின்றன.

தெளிந்து தெளிந்துதெளிந்து ஆடுபாம்பே! சிவன்
சீர்பாதம் கண்டு தெளிந்து ஆடுபாம்பே!
ஆடுபாம்பே! தெளிந்து ஆடுபாம்பே! - சிவன்
அடியினைக் கண்டோம் என்று ஆடுபாம்பே!

என்ற பாடல்தான் பாம்பாட்டிச் சித்தர் பாடலிலே முதல்பாட்டு. இந்தப் பாடலைப் பிச்சைக்காரர் முதல் பெரிய சங்கீத வித்வான்கள் வரையில் அனைவரும் தம்மை மறந்து பாடி இன்புறுவதைக் காண்கிறோம். கேட்போரும் பரவசம் அடைகின்றனர்.

பாம்பாட்டிச் சித்தர் பாடல் மாதிரியிலே- மெட்டிலே- பல பாடல்கள் தோன்றியிருக்கின்றன. இதுவே அப்பாடலின் சந்தச் சிறப்பை விளக்கப் போதுமானதாகும்.

பாம்பாட்டிச் சித்தர் பாடலைப் படிக்கும்போது, அவர் பாம்பைப் பிடித்து ஆட்டும் தொழிலிலே பழகினவர்

போலவே காணப்படுகிறார். அவர் ஒரு பாம்பாட்டியாக இருந்திருக்க வேண்டும்; அல்லது ஒரு பாம்பாட்டியின் குடும்பத்திலே பிறந்த வராக இருந்திருக்கவேண்டும்; அல்லது பாம்பாட்டியுடன் பழகியவராகவாவது இருந்திருக்க வேண்டும் என்று தெரிகின்றது.

பாம்பு என்பதற்குத் தத்துவார்த்தம் சொல்லுவோரும் உண்டு. ஆத்மாவைப் பாம்பாக உருவகித்துப் பாடுகிறார் என்று சொல்லுகிறார்கள்.

பாம்பின் இயல்பைப்பற்றி அவர் பாடியிருக்கும் பாடல்களிலே புராணக் கதைகளைக் காணலாம்; அவைகளோடு பாம்பின் உண்மையான தன்மையையும் பார்க்க முடிகின்றது.

நல்ல பாம்பைப் பற்றித்தான் அவர் பாடியிருக்கிறார். நல்லபாம்பு, பரமசிவன் முடியின் மேல் இருக்கிறது; சிவன் காதிலே குண்டலமாகத் தொங்குகின்றது; திருமாலுக்குக் குடையாக நிற்கின்றது; பார்வதிக்குக் கையிலே கங்கணமாக இருக்கின்றது; இவ்வுலகத்தையே தாங்கும் வல்லமையுடையது; திருமாலின் படுக்கையாகவும் விளங்குகின்றது; சந்திர சூரியர்களை விழுங்குகின்றது; சங்கரனுக்கு ஆபரணம் ஆயிற்று என்று புராண வரலாறுகளை எடுத்துக்காட்டிப் பாடியிருக்கிறார்.

நல்ல பாம்பினிடம் நச்சுப்பை உண்டு; அது வளைக்குள் குடியிருக்கும்; வளைக்குள் நுழையும் போது தலையை முன் வைத்துக் கொண்டு உடலை உள்ளே இழுத்துக்கொள்ளும்; தன் உடலை வட்டமாகச் சுற்றிக்கொள்ளும். பாம்பைக் கண்டால் படையும் நடுங்கும்; கண்ணின் பக்கத்தில் செவியைக் கொண்டது; மந்திரத்துக்குக் கட்டுப்படும் இயல்புள்ளது என்று இவ்வாறு பாம்பின் இயல்பை எடுத்துக்

காட்டியிருக்கிறார். இதனால் இச்சித்தர் பாம்பின் இயல்பை நன்றாக அறிந்தவர் என்பதைக் காணலாம்.

சித்தர்கள், எல்லாம் வல்லவர்கள்; அவர்களால் எதையும் செய்யமுடியும் என்று தலைநிமிர்ந்து பேசுகிறார் பாம்பாட்டிச் சித்தர். இவரைப்போல வேறு எந்தச் சித்தரும் பாடவில்லை.

ஆதிசேடன் ஆகிலுமே அங்கையி னாலே
ஆட்டிவிடு வோம் எங்கள் ஆக்கினைக் குள்ளே!
நீதியோடு அடங்கியே நின்றிடச் செய்வோம்;
நின்றநிலை தவறாமல் ஆடுபாம்பே;
செப்பரிய மூன்றுலகம் செம்பொன் ஆக்குவோம்!
செங்கதிரைத் தண்கதிராய்ச் செய்து விடுவோம்;
இப்பெரிய உலகத்தை இல்லாமல் செய்வோம்;
எங்கள்வல் லபம்கண்டு ஆடுபாம்பே!

என்று பாடியிருக்கும் பாடல்களிலே சித்தர்களின் சிறப்பைக் காண்கிறோம். அறிவாளிகளால் எதைத்தான் செய்ய முடியாது?

எவ்வளவு பெரிய கொடுமையையும் எங்களால் அடக்கி விட முடியும். இவ்வுலகிலே நீதியை நிலைநாட்ட முடியும் என்பது முதற் செய்யுளின் உட்பொருள். மூன்றுலகத்தையும் இன்பமடையச் செய்வோம்; இப் பெரிய உலகிலே எக்கொடுமையும் இல்லாமல் செய்வோம் என்பது இரண்டாவது செய்யுளின் உட்பொருள்.

இத்தகைய சிறந்த கருத்துள்ள பாடல்களை இயற்றியவர் பாம்பாட்டிச் சித்தர். அவருடைய வரலாற்றை அறிவதற்கான சான்றுகள் ஒன்றும் கிடைக்கவில்லை. ஆயினும் அவர்

பாடல்கள் சிறந்த சுவையுடையன; வாழ்வுக்கு வழிகாட்டுவன என்பதில் ஐயமில்லை.

பொய்யரை நம்பாதீர்!

பொய்யைப் போதனை செய்வோர் எந்தக் காலத்திலும் உண்டு. பொய்யைப் போதனை செய்வோர் சுயநலவாதிகள்; அவர்கள் உலக மக்களை ஒன்றுபடாமல் பிரித்து வைத்து அவர்கள் உழைப்பைச் சுரண்டி வாழும் உயர்தர வர்க்கத்தாரின் கையாட்கள்.

பொன்னைப், பெண்ணை, மண்ணைச் சேர்த்து வைத்து அழகு பார்ப்போர் பலர் உண்டு. இப்படிச் சேர்த்து வைத்திருப் பவர்களிலே அனுபவிப்பவர்கள் சிலர்தான். சேர்த்து வைப்பது ஒன்றையே எண்ணித் திரிவோர்களுக்கு அனுபவிக்க நேரம் இராது. சருகரிக்கத்தான் நேரம் இருக்கின்றது; குளிர்காய நேரம் இல்லை என்று வழங்கும் பழமொழி ஒன்று உண்டு. மண்ணாசை, பெண்ணாசை, பொன்னாசை படைத்தவர்களிலே பலர் இப்படித்தான் இருப்பார்கள்.

இவர்களுக்காக, இவர்களை ஆதரித்தும் பேசித் திரிவோர் சிலர் உண்டு. இச் சிலரிலே மதகுருமார்களும் சேர்ந்தவர்கள்.

பணம் படைத்தவர்கள் ஆண்டவன் அருள் பெற்றவர்கள்; அவர்களுக்குக் கிடைத்திருக்கும் செல்வமும் செல்வாக்கும் ஆண்டவனால் அருளப்பட்டவை. ஆதலால் அவர்களைப் பார்த்துப் பொறாமை கொள்ளுவது பாவம்; அவர்களுக்குக் கீழ்ப்படியாமலிருப்பது நரகத்துக்கே வழிகாட்டும்; அவர்களுக்கு அடங்கி நடக்கவேண்டும் என்று மத குருமார்கள் உபதேசம் பண்ணுவார்கள்.

மத குருமார்கள்- பெரும்பாலான மத குருமார்கள் மக்களின் அறிவுக்குச் சுதந்திரம் அளிக்கமாட்டார்கள்; மக்களுடைய சுயசிந்தனையை மட்டந்தட்டுவதே அவர்களுடைய உபதேசமாக இருக்கும்; அதற்காகவே பல சடங்குகள் செய்வார்கள்; ஏழை மக்களின் உழைப்பைச் சுரண்டுவார்கள். மக்கள் ஒன்றுபட்டு முன்னேறுவதற்கு, மூட நம்பிக்கையற்று வாழ்வதற்குக் குருமார்கள் வழி காட்டுவதில்லை.

ஒன்றும் அறியாத- தாமே சிந்திக்கும் திறமையற்ற- மக்களை மயக்குவதற்காகக் குருமார்கள் செய்துகொள்ளும் ஆடம்பரத்திற்கு அளவில்லை. எல்லா மக்களும் அணிவது போன்ற சாதாரண உடைகளை அவர்கள் அணிய மாட்டார்கள்; நீண்ட அங்கிகளை அணிவார்கள்; அல்லது காவி தோய்ந்த உடைகளை அணிவார்கள்; கையிலே செபமாலையுடன் காட்சியளிப்பார்கள்; கழுத்திலே கண்டிகைகள் பூண்டிருப்பார்கள்; வாயினால் முணு முணுத்துக் கொண்டேயிருப்பார்கள்; மொட்டை போட்டிருப்பார்கள்; அல்லது தாடிமீசையுடன் காட்சியளிப்பார்கள்; நாங்களே கடவுளின் பிரதிநிதி; நாங்கள் அவருடன் தினந்தோறும் பேசுகிறோம்; எங்கள் மூலந்தான் நீங்கள் கடவுள் கிருபையைப் பெற முடியும் என்று பெருமையடித்துக் கொள்ளுவார்கள்.

இத்தகைய குருமார்களை- குருக்கள்மார்களை- நம்பிப் பகுத்தறிவிழந்து நிற்கும் மக்கள், உலகில் இன்றும் நிரம்பிக் கிடக்கின்றனர்.

இவர்கள் உண்மையான குருமார்கள். அல்லர்; பொய்க் குருமார்கள். இவர்களை நம்பவேண்டாம்; நம்பி ஏமாற வேண்டாம். இவர்களை நம்புவதனால் எந்த நன்மையும் பெறமுடியாது; துன்பத்திலிருந்து கரையேற முடியாது என்று தெளிவாகக் கூறுகிறார் பாம்பாட்டிச் சித்தர்.

உண்மைக்கு வழிகாட்டும் ஆசானைத் தேடிப் பிடியுங்கள். பொய்யான மதங்களைப் போதனை செய்து வாழும் குருக்களுக்கும் புத்தி புகட்டும் திறமை படைத்த நல்ல உண்மைக் குருவைத் தேடுங்கள். பொய்ப் போதனையிலே ஈடுபட்டிருக்கும் வஞ்சகரையும் திருத்தி நல்ல நெறியிலே நடக்கச் செய்யும் ஆற்றலைப் படைத்தவரே உண்மையான போதகர். உண்மை யான மார்க்கம்- துன்பத்திலிருந்து கவலையிலிருந்து விடுதலை யளிக்கும் உண்மையான மதம்- இன்னதென்று நம் உள்ளத்தில் பதியும்படி சொல்லுகின்றவரே உண்மையான குரு ஆவார். அத்தகைய உண்மையான குருவின் பாதத்தைப் போற்றி- அல்லது சொல்லைப் பாராட்டி ஆடு பாம்பே என்று பாடுகிறார்.

பொய்மதங்கள் போதனைசெய் பொய்க் குருக்களைப்

புத்திசொல்லி நல்நெறியில் போக விடுக்கும்

மெய்ம்மதந்தான் இன்னதென்று மேவ விளம்பும்

மெய்க்குருவின் பதம்போற்றி ஆடாய் பாம்பே!

என்ற பாடலால் மேலே காட்டிய பொருளைக் காணலாம்.

உண்மைக் குரு இத்தகையவர் என்பதை மேலும் விளக்கிக் கூறுகிறார் பாம்பாட்டிச் சித்தர். வேதத்தின் உண்மையான பொருள் இன்னதுதான் என்று தெளிவாக அறிந்தவர்; வேதத்தையும் கடந்து நிற்கும் மெய்ப்பொருளைக் கண்டறிந்தவர்; அந்த உண்மையை நமது உள்ளத்திலே படியும்படி தெளிவாக அறிவிக்கக் கூடியவர்; அறிதற்கு உரிய பொருள் இன்னதுதான் என்பதை ஐயத்திற்கு இடம் இல்லாமல் தெளிவாகப் போதனை செய்யக் கூடியவர் யாரோ, அவர்தான் பூரணமான- உண்மை யுணர்ந்த குருநாதன் ஆவார். இத்தகைய உண்மையான குருநாதனை அடைந்து, உண்மையை அறிந்து ஆனந்தங் கொண்டு ஆடுக பாம்பே என்று பாடியிருக்கின்றார்.

வேதப்பொருள் இன்னதென்று வேதம் கடந்த
மெய்ப்பொருளைக் கண்டுமனம் மேவ விளம்பிப்
போதப் பொருள் இன்னதென்றும் போதனை செய்யும்
பூரணசற் குருநாதன் கண்டு ஆடாய் பாம்பே!

என்ற பாடலால் மேலே காட்டிய- கூறிய பொருளைக் காணலாம்.

மேலே காட்டிய இரண்டு பாடல்களாலும் மக்களுக்கு ஒரு உண்மையைப் போதனை புரிகிறார் பாம்பாட்டிச் சித்தர். பொய்ம்மத போதனை செய்யும் குருமார்களின் பேச்சை நம்பி ஏமாற வேண்டாம்; உண்மையான விடுதலைக்கு வழிகாட்டும் ஞானிகளை நம்புங்கள்; நலம் பெறுங்கள் என்பதே அவருடைய அருள்மொழி.

வீண்மயக்கம் வேண்டாம்

பிறந்தவர் இறப்பது உறுதி. அவர் யாராயிருந்தாலும் சரி; ஒருநாள் உலகைவிட்டு மறைவது உறுதி; செத்துப்போவது நிச்சயம். இந்த உண்மையை அறியாதவர்கள் ஒருவரும் இல்லை. ஆயினும், மக்கள் பலரும் செய்துவரும் காரியங்களைப் பார்த்தால் அவர்கள் இவ்வுலகிலே என்றும் சாகாமல் வாழப் போகின்றவர்களைப் போல நினைத்தே காரியங்களைச் செய்து வருகின்றனர்.

யாராவது ஒரு பெரிய மனிதர் செத்துவிட்டால் பெரிய மனிதர் என்றால் அறிவிலே அல்ல; பணம் படைத்த பெரிய மனிதர் செத்துவிட்டால், அப்பொழுது யாரும் வேதாந்தம் பேசாமல் இருப்பதில்லை.

பாவம்! அவர் ஓடிஓடித்தான் சம்பாதித்தார்; வீடு வாசல்களைக் கட்டினார்; பெரிய பெரிய மாட மாளிகைகளைக் கட்டினார்; பாங்கியிலே பணம் வேறே குவிந்து கிடக்கிறது. இருந்து என்ன பயன்? திடீரென்று வாயைப் பிளந்து விட்டார்! பாடுபட்டுத் தேடிய பொருளை அமைதியாக உட்கார்ந்து அனுபவிக்கக் கூடக் கொடுத்து வைக்கவில்லை; நம்முடைய கதியும் ஒருநாள் இப்படித்தான் முடியப் போகிறது. வீணாக ஓய்ச்சல் ஒழிவின்றி ஓடிஓடி உழைத்து என்ன பலனைக் காணப்போகின்றோம்? என்னவோ, நாலு பேர் நல்லவர் என்று சொல்லும்படி வாழ்ந்தால் போதும், நாம் செத்துப்போனாலும் அந்தப் பெயர்தான் நிலைத்து நிற்கும் என்று கூடிக்கூடி வேதாந்தம் பேசுவார்கள். செத்தவரைச் சுடுகாட்டிலே வைத்துக் கொளுத்திவிட்டு, அல்லது புதைத்து விட்டு வீட்டுக்கு வந்து சேரும் வரையிலும் இப்படிப் பேசிக் கொண்டிருப்பார்கள். மறுநாள் இந்தப் பேச்சை மறந்து விட்டுத் தங்கள் தங்கள் காரியங்களை வழக்கம் போல் செய்யத் தொடங்கி விடுவார்கள்.

இது உலக இயல்பாக இருப்பதை நாம் பார்க்கின்றோம். உண்மையில், நாம் நம்பும்- ஆசைப்படும்- இன்பந்தருவன என்று நினைக்கும் செல்வங்கள் நிலைத்தவை அல்ல என்று நம்புவோமானால் நாம் யாருடைய பழிக்கும் ஆளாகாமல் வாழ்வோம்; நாம் யாருக்கும் தீமை செய்ய துணிய மாட்டோம்; நாம் பிறர் மனம் வருந்தும்படியான செயல்கள் எதையும் செய்யத் துணிய மாட்டோம்; பிறருக்கு உதவிகரமானவராக வாழ்வதற்கே முயலுவோம்; பிறரிடம் அன்புள்ளவராகவே நடந்து கொள்ளுவோம்; எல்லோரையும் நம்முடைய உறவினர்களாகவே நினைப்போம்; சாதி வேற்றுமை, மத வேற்றுமை, இன வேற்றுமை பாராட்டும் தன்மைகூட நம்மை விட்டு ஒழியும். வருந்துவோர் யாராயிருந்தாலும் அவர்களையெல்லாம் ஆதரித்து, அன்புகாட்டி, நன்மொழி கூறி, உதவி செய்யவே நம் உள்ளம் விரைந்து செல்லும்.

மக்களிடம் இத்தகைய அன்புணர்ச்சி- சகோதரத்தன்மை- வளரவேண்டும் என்பதற்காகவே ஆன்றோர்கள் பலரும் நம் உள்ளத்தை மயக்கும் பொருள்களின் இயல்புகளை விளக்கி உரைத்திருக்கின்றனர். மரணம் உண்டு; நிச்சயமாக உண்டு. செத்துப்போனால் நம்முடன் வருவது ஒன்றுமில்லை. எவ்வளவு அருமையாகப் பாதுகாத்து வைத்தாலும் அப்பொருள்கள் சாகும்போது உடன் வரப்போவதில்லை என்ற உண்மையை வலியுறுத்திப் பாடிவைத்திருக்கின்றனர்.

இப்பாடல்களை மக்கள் படிக்கட்டும் ; நினைவில் வைத்திருக்கட்டும்; பேராசைக்கு ஆளாகாமல் வாழட்டும் என்பதற்காகவே, படிப்போர் உள்ளத்திலே பதியும்படி பாடி வைத்திருக்கின்றனர். இப்படிப் பாடியிருப்பவர்களிலே பாம்பாட்டிச் சித்தரும் ஒருவர் ஆவார். செல்வ நிலையாமை யைப்பற்றி அவர் சொல்லியிருக்கும் கருத்துக்களைக் காண்போம்.

மலையைப் போன்ற மிகுந்த பொன்னைக் குவித்து வைத் திருப்போர் உண்டு. அவரைக் காலன் உயிர் கவர வரும்போது, அந்தப் பொன்னைக் கொண்டு அவனை விலக்கிவிட முடியாது. அவர் உயிர் போய்த்தான் தீரும். அப்படி உயிர் போகும்போது, அவர் சேர்த்து வைத்திருக்கும்- குவித்து வைத்திருக்கும்- பொன்னை வாரிக்கொண்டு போவதில்லை; இவ்வுலகிலே விட்டுத்தான் செல்வார்கள். ஆதலால், இவ்வுலகிலே வீணாக அலையாமல், வருந்தாமல், தமது உள்ளத்தை, அழியாத இன்பத்தைத் தரும் இறைவன்பால் வைத்தவர்களே இன்பத்தை அடைவார்கள்; அவர்கள்தான் என்றும் அழியாமல் வாழ்வார்கள். இவ்வாறு சொல்லித் துணிந்து ஆடுக பாம்பே! என்று பாடுகிறார்.

மலைபோன்ற செம்பொன்குவை வைத்திருப்பவர்

மறலி வருகையில் வாரிச் செல்வாரோ!

அலையாமல் அகத்தினை அத்தன்பால் வைத்தோர்

அழியார் என் றேதுணிந்து ஆடாய் பாம்பே!

என்பதே மேலேகாட்டிய பொருளமைந்த பாட்டு. மேலும் பாடும்போது. அறிவுள்ளவர்கள் உலக வாழ்விலே மயங்க மாட்டார்கள்; அறிவற்றவர்கள் தாம் உலக வாழ்விலே மயங்கு வார்கள் என்று பாடியுள்ளார்.

வெட்டவெளியிலே, கோடைகாலத்திலே கானல் ஒளியைத் தண்ணீர் என்று கருதி, மான் அந்த நீரை உண்பதற்காக அதன்பின் ஓடி இளைக்கும்; நீர் பெறாமல் வருந்தும். அதுபோல், இவ்வுலக வாழ்வை இன்பந் தருவது என மூடர்கள்தாம் கண்டு மயங்கிக் களிப்பார்கள். உயர்ந்த நிலையை அறிந்தவர்கள்- அழியாத இன்பந் தரும் இறைவன் நிலைமையை உணர்ந்தவர்கள்- வீண்பேச்சுப் பேசிக் கொண்டிருக்க மாட்டார்கள்; பயனற்ற வம்பு பேசிக் காலம் போக்கிக் கொண்டிருக்க மாட்டார்கள். அவர்கள் உண்மையான இறைவன் பதத்தை நாடிநிற்பார்கள், காண்பார்கள், இன்புறுவார்கள் என்ற உண்மை விளங்கும்படி, பாம்பே! நீ படம் விரித்து ஆடுக! என்று பாடியுள்ளார்.

கானலைமான் நீர்எனவே கண்டுசெல்லல் போல்

காசினிவாழ் வினைமூடர் கண்டு களிப்பார்;

மேல்நிலைகண் டார்கள்வீணாய் வம்பு பேசிடார்;

மெய்யன்பதம் நாடுவார்என்று ஆடாய் பாம்பே!

இதுவே மேலேகூறிய பொருளமைந்த பாட்டு.

இவை இரண்டு பாடல்களும், உலகப் பொருள்களிலே உள்ளத்தை ஈடுபடுத்தி உழலக் கூடாது: உலகப் பொருள்கள் நிலையற்றவை; அழிந்து விடக்கூடியன என்ற உண்மையை

எடுத்துரைத்தன. என்றும் அழியாதிருக்கும் உண்மை ஞானத்தைப் பெறவேண்டும்; அந்த உண்மை ஞானத்தைப் பின்பற்றிப் பலர்க்கும் உதவிகர முள்ளவராக வாழவேண்டும்; தந்நலமற்றவர்களாக வாழவேண்டும். இவ்வாறு வாழ்வதே மனிதப் பண்பாகும் என்ற கருத்தையும் அறிவித்தன.

ஓடித் திரிவதால் ஒருபயனும் இல்லை

தல யாத்திரை செய்வோர், தீர்த்த யாத்திரை செய்வோர் பலரைக் காண்கின்றோம். காடுகளின் மத்தியிலே உள்ள தலங்களுக்குக் கால்நடையாகச் செல்வோர் உண்டு; மலைகளின் உச்சியிலே உள்ள கோயில்களுக்கு ஏறிச் சொல்வோர் உண்டு; தமது நாடுவிட்டுப் பிறநாட்டில் உள்ள தலங்களுக்கு யாத்திரை போவோர் உண்டு. இவ் வழக்கம் நமது நாட்டிலே தொன்று தொட்டு நடைபெற்று வருகின்றது.

இன்று கடல் கடந்து இலங்கை சென்று, காட்டிலேயுள்ள கதிர்காமத்தை நாடிச் செல்லுகின்றனர். இமயமலை உச்சியிலே உள்ள தலங்களுக்கு ஏறிச் செல்லுகின்றனர். இந்துக்கள் மட்டும் அல்ல; கிறிஸ்துவர்கள், முஸ்லிம்களும் தல யாத்திரை செய்கின்றனர். இந்துக்களைப் போலவே அவர்களுக்கும் பல புண்ணியத் திருப்பதிகளுண்டு. புத்தர்களுக்கும், சைனர்களுக்கும் யாத்திரை சென்று வரும் பல திருப்பதிகள் உண்டு.

புண்ணிய நகரங்களுக்குப் போய் வருவதனால்- அங்குள்ள கோயில்களில் உள்ள தெய்வங்களைத் தெரிசித்து வருவதனால் பாவங்கள் தொலையும், புண்ணியம் பெருகும், எண்ணிய எண்ணங்கள் நிறைவேறும் என்றெல்லாம் நம்புகின்றனர்.

தென்னாட்டில் உள்ளவர்கள் வடநாட்டில் உள்ள காசியைப் புனிதமாகக் கருதுகின்றனர்; வடநாட்டில் உள்ளவர்கள் இராமேசுவரத்தைப் புனிதமாக நினைக்கின்றனர். இதனால் தென்னாட்டினர் பலர் காசிக்குச் செல்கின்றனர்; கங்கையில் நீராடுகின்றனர்; அங்குள்ள விசுவநாதர் என்னும் பெயருள்ள சிவபெருமானைத் தரிசித்துத் திரும்புகின்றனர். வடநாட்டினர் இராமேசுவரம் செல்கின்றனர்; சேதுவில் நீராடுகின்றனர்; கன்னியாகுமரிக்குச் செல்கின்றனர்; கடலில் நீராடுகின்றனர்; புண்ணியம் பெற்று விட்டோம் என்ற மகிழ்ச்சியுடன் திரும்பிச் செல்கின்றனர்.

இவ்வாறே சிதம்பரம், சீரங்கம், மதுரை, காஞ்சி, திருப்பதி, திருவாரூர், திருவண்ணாமலை, திருவொற்றியூர் போன்ற பல தலங்கள் நமது நாட்டிலே யாத்திரை நகரங்களாக விளங்கு கின்றன. கங்கை, யமுனை, கோதாவரி, கிருஷ்ணா, காவிரி போன்ற பல நதிகள் புண்ணிய நதிகளாகப் போற்றப்படுகின்றன.

ஒவ்வோராண்டும் நமது நாட்டிலே புண்ணிய தலங்களுக்கு யாத்திரை செய்வோர் கணக்கற்றவர்கள்; புண்ணிய தீர்த்தங்களாடப் புறப்பட்டுச் செல்வோர் எண்ணற்றவர்கள். இவர்களால் கோயில்களுக்கும், ரயில், பஸ் முதலியவைகளுக்கும் நல்ல வருமானமும் கிடைத்து வருகின்றது. பண்டைக்காலத்தில் இவ்வாறு யாத்திரை செய்தவர்கள் கால்நடையாகத்தான் சென்று வந்தனர். இக்காலத்தில் நடந்து திரியவேண்டிய தொல்லையில்லை. போக்குவரவுக்கான வசதிகள் ஏற்பட்டிருக்கின்றன. ஆதலால் பண்டைக்காலத்தை விட இக்காலத்தில் யாத்திரை செய்வோரின் எண்ணிக்கை மிகுந்துவிட்டது என்றே சொல்லலாம்.

இவ்வகையான யாத்திரையினால், யாத்திரை செய்யும் மக்கள் பல அனுபவங்களைப் பெறலாம்; பல பாகங்களிலும் வாழும்

மக்களின் பழக்க வழக்கங்களைக் காணலாம்; பல மக்களுடனும் தொடர்பு கொள்ளலாம். யாத்திரையின் மூலம் ஒரு நாட்டு மக்களுக்குள் ஒற்றுமையுணர்ச்சியும், கலாசாரப் பரிமாற்றமும், பழக்க வழக்கக் கலப்பும் ஏற்பட வழியுண்டு. கால்நடை யாத்திரையினால் தான் இப்பலன் கிடைக்கும்; கைகூடும். அதனால், பண்டைக் காலத்தினர் தல யாத்திரை, தீர்த்த யாத்திரை முதலியவற்றைப் புனிதமான செயல்களாக வைத்தனர் என்பதில் ஐயம் இல்லை.

ஆனால் தல யாத்திரை, தீர்த்த யாத்திரை முதலியவைகளால் கடவுளைக் காண முடியும், வீடு பெறும் வழியை அறிய முடியும், வீடுபேற்றை அடைய முடியும் என்பது இல்லை. வீடுபேற்றை அடையவேண்டுமானால் உண்மையான வேதாந்தத்தை அறிந்தால்தான் முடியும் என்பதே சித்தர்களின் கருத்து. இக்கருத்தைப் பாம்பாட்டிச் சித்தர் வலியுறுத்திக் கூறியிருக் கிறார்; மிகவும் தெளிவாகச் சொல்லியிருக்கிறார்.

காடு, மலை, ஆறு, புண்ணியத் தலம், காசி முதலாகச் சொல்லப்பட்ட இடங்களுக்குப் போவதனால் ஒன்றும் இல்லை; கால் கடுக்க இவ்விடங்களுக்கு ஓடிச் செல்வதால் பலன் ஒன்றையும் காணமுடியாது. இதனால் வீடு பெறும் மார்க்கத்தைக் கண்டறிய முடியாது. வீடு பெறும் சிறந்த வழியை அடைய வேண்டுமானால், வேதாந்தத் துறையை அறிந்தால்தான் முடியும். ஆதலால், பாம்பே! வேதாந்தத் துறையை அறிந்துநின்று ஆனந்தமாக ஆடுவாயாக என்று பாடுகிறார்.

காடுமலை நதிபதி காசி முதலாய்க்

கால்கடுக்க ஓடிப்பலன் காணல் ஆகுமோ?

வீடுபெறும் வழிநிலை மேவிக் கொள்ளவே

வேதாந்தத் துறையினின்று ஆடாய் பாம்பே!

என்ற பாடலிலே மேலேகாட்டிய பொருளைக் காணலாம். இதற்கு அடுத்த செய்யுளிலே வீடு பெறுவதற்குரிய அந்த வேதாந்தத் துறை யாது என்பதை விளக்கியிருக்கிறார் சித்தர்.

எல்லாவுயிர்கள்பாலும் இரக்கம் கொள்ளுவது, ஐம்புலன்களைக் கட்டுப்படுத்தி ஆளுதல், அதாவது ஐம்புல ஆசைகளை அறுத்தல் - இதுவே வேதாந்தத் துணிவாகும். இக்காரியத்தைச் செய்தவர்கள் என்றும் ஆனந்தமுடன் வாழலாம்; சிவத்துடன் ஒன்றுபட்டு வாழலாம் என்று பாடியிருக்கிறார்.

உள்ளத்திலே எள்ளளவாவது அன்பில்லாதார் முத்தி அடைய முடியாது. அன்பற்றவர்கள் நல்ல செயல்களைச் செய்யமாட்டார்கள்; கொடுமைகளைத்தான் செய்வார்கள். ஆதலால் அவர்கள் முத்திநிலையை எட்டிப் பார்க்கவே முடியாது. அன்பில்லாதவர்கள் முத்தியடைவது என்பது பண்டைக் காலத்திலும் இல்லை; இக்காலத்திலும் இல்லை; எக்காலத்திலும் இல்லை. ஆதலால் முத்தி அடைய வேண்டுமானால்- உலகத் துன்பங்களிலிருந்து விடுதலை பெறவேண்டுமானால்- வஞ்சகப் புலன்களின் ஆசையை அறுக்க வேண்டும்; அப்புலன்களுக்குக் கட்டுப்படாமல் எமனுக்கு எமனாயிருந்த சிவபெருமானைக் காண்பாயாக! பாம்பே! அவனைக் கண்டு தொழுதுக் களித்து ஆடுவாயாக! என்று பாடியிருக்கின்றார்.

எள்அளவும் அன்பகத்தில் இல்லாதார் முத்தி
எய்துவது தொல்உலகில் இல்லை எனவே
கள்ளப்புலன் கட்டறுத்துக் கால காலனைக்
கண்டுதொழு தேகளித்து ஆடாய் பாம்பே!

என்பதுதான் மேலேகூறிய பொருளமைந்த பாட்டு. அன்புடை மையும், ஐம்புல ஆசையை விட்டொழித்தலுமே வேதாந்தம்

போதிக்கும் உண்மை. அன்புள்ளவர்களும் ஆசையை விட்டவர்களுமே முத்திநெறியை அடைவார்கள். இதுவே வேதாந்த முடிவாகும்.

மேலே காட்டிய இரண்டு பாடல்களும், மக்களிடம் உள்ள மூடநம்பிக்கையை எடுத்துக்காட்டின. இறைவனைக் காணும் உண்மை நெறியை எடுத்துரைத்தன.

தல யாத்திரை, தீர்த்த யாத்திரையினால் கடவுளைக் காண முடியாது; வேதாந்த உண்மையின் மூலந்தான் இறைவனைக் காணமுடியும். எல்லா உயிர்களிடமும் அன்புடன் இருத்தல், ஐம்புல ஆசைகளை- மெய், வாய், கண், மூக்கு, செவிகளைத் தம்வசமாக்கி ஆளுதல் ஆகிய செயல்களாலேயே இறைவனைக் காணமுடியும்; முத்தி பெறமுடியும். இதுவே வேதாந்த முடிபு. இச் செய்திகளையே மேலே காட்டிய இரண்டு பாடல்களின் வாயிலாக எடுத்துக் காட்டினார் பாம்பாட்டிச் சித்தர்.

பகுத்தறிவுப் போதனை

பாம்பாட்டிச் சித்தர், தாம் உண்மையென்று நினைப்பதைத் தெளிவாக எடுத்துக் கூறுகிறார். உண்மையென்று நம்புவதை அஞ்சாமல் வெளியிடுகின்றவர்கள் வீரர்கள். உண்மை யென்று தெரிந்தும், உண்மையென்று நம்பியும் வெளியிலே சொல்ல அஞ்சுவோர்- பின் வாங்குவோர்- கோழைகள். அவர்கள் எவ்வளவுதான் அறிவுள்ளவர்களானாலும், படித்தவர் களானாலும் அவர்கள் அறிவும் படிப்பும் சமூகத்திற்குப் பயன் படமாட்டா.

சித்தர் கணத்தைச் சேர்ந்தவர்கள் தாங்கள் கண்ட உண்மை களை வீரத்துடன் வெளியிட்டிருக்கின்றனர். பெரும்பாலான மக்களின் கருத்துக்கு- பெரும்பாலான சமயவாதிகளின்

கருத்துக்குச் சித்தர்களின் கருத்துக்கள் சில விஷயங்களில் மாறுபட்டதாகவே இருக்கின்றன. ஆதலால்தான் சித்தர் நூல்கள் படித்தவர்களாலும், புலவர்களாலும் அவ்வளவாகப் பாராட்டப் படாமல் கிடக்கின்றன. இன்றும் சித்தர் நூல்களை அலட்சியமாகக் கருதும் பண்டிதர்கள் உண்டு. அவை இலக்கியச் சுவை அமைந்த பாடல்கள் அல்ல; இலக்கண வழுவற்ற பாடல்கள் அல்ல என்று சொல்வோர் உண்டு. இதற்குக் காரணம், சித்தர்களின் தீவிரமான- புரட்சிக்கரமான- கருத்துக்கள்தாம். பாம்பாட்டிச் சித்தரிடமும் புரட்சிகரமான பல கருத்துக்களை நாம் காணலாம்.

உருவச்சிலையை வணங்குவதில் பயன் இல்லை. கற்சிலையிலும், செம்புச் சிலையிலும் உயிரில்லை; உணர்ச்சியில்லை என்று பாடியிருக்கிறார்.

"உளியிட்டுச் செய்த கருங்கற் சிலையிலே உயிரும் உணர்ச்சியும் உண்டோ? இவ்வுலகத்தில் அச் சிலைகளை வணங்கும் மூடர்களுக்கு அறிவுண்டோ? செம்பைப் புளியிட்டு விளக்குவதனால்- செம்புச் சிலையைப் புளியினால் விளக்கி வைப்பதனால்- அதில் உள்ள களிம்பு போய் விடுமா? ஒருகாலும் போய்விடாது. அதுபோல, அறிவற்றோரின்- சிலைகளை வணங்கும் அறிவற்றோரின்- அறியாமை போய்விடாது. அவர்கள், என்றும் மூடராகவேதான் இருப்பார்கள். இவ்வுண்மையை உணர்ந்து ஆடுவாயாக! பாம்பே! நீ பலரும் இவ்வுண்மையை அறியும்படி ஆடுவாயாக!" என்று சிலை வணக்கம் செய்வோரை மூடர்கள் என்று வன்மையாகக் கண்டிக்கிறார் சித்தர்.

உளியிட்ட கற்சிலையில் உண்டோ உணர்ச்சி?
உலகத்தின் மூடர்களுக்கு உண்டோ உணர்ச்சி?
புளியிட்ட செம்பில்குற்றம் போமோ; அஞ்ஞானம்
போகாது மூடர்க்கென்று ஆடாய் பாம்பே!

இதுவே மேலே சொல்லிய பொருளமைந்த பாடல். இவ்வாறு சிலை வணக்கத்தைக் கண்டித்த சித்தர் வேத புராணங்களையும் கண்டிக்கிறார். பலரால் புனிதமானவை என்று போற்றப்படும் அவைகளை வீண் உரைகள் என்று விளம்புகின்றார்;

"நான்கு வகை வேதங்கள், ஆறுவகையான சாத்திரங்கள், வேதத்தின் பகுதியான தந்திர நூல்கள், புராணங்கள், சரியை கிரியைகளைப் பற்றிக் கூறும் ஆகம நூல்கள், வகை வகையான வேறு பல நூல்கள்- இவைகள் கூறுவன வெல்லாம் உண்மையல்ல; நூல்கள் ஒன்றுக்கொன்று முரண்பட்ட பல செய்திகளைச் சொல்வன; தெளிவாக எதையும் சொல்வதில்லை; அவைகள் மூடநம்பிக்கைகள் பலவற்றைக் கூறுவன; ஆதலால் அவற்றைப் படிப்பதிலே வீண்பொழுது போக்கவேண்டாம். பகுத்தறிவைப் பயன்படுத்து; உண்மையை உணர்ந்துகொள்- என்று சொல்லி, பாம்பே! நீ படம் விரித்து ஆடுக!" என்று பாடுகிறார்.

சதுர்வேதம், ஆறுவகை சாத்திரம், பல
தந்திரம், புராணங்களைச், சாற்றும் ஆகமம்
விதம்விதம் ஆனதான வேறு நூல்களும்
வீணான நூல்கள்என்று ஆடாய் பாம்பே!

இவ்வாறு சிறிதும் அஞ்சாமல் வேதாகமங்களை யெல்லாம் பயனற்ற நூல்கள், உண்மை நெறியை உணர்த்தாத நூல்கள் என்று பாடியிருக்கின்றார்.

இன்று நாம் எவ்வளவோ தூரம் முன்னேறியிருக்கின்றோம். பண்டைக்காலத்தில் தெய்வச் செயல்கள் என்று எண்ணியிருந்த பல செயல்களை இன்று மனிதனால் செய்ய முடியும் என்று கண்டுபிடித்துவிட்டோம். இந்த அளவுக்கு விஞ்ஞானம் நமக்கு உதவியிருக்கிறது. விஞ்ஞானத்தின்

மூலம் இன்னும் என்னென்ன அதிசயங்களைச் சாதிப்போம் என்று நம்மால் முடிவுகட்ட இயலாது. எதிர்காலத்தில் எத்தனையோ பல அற்புதங்களையெல்லாம் செய்யத்தான் போகின்றோம்.

இவ்வாறு மனித சமூகத்திலே உலக சம்பந்தமான அறிவு வளர்ந்துங் கூட மனிதப் பண்பு வளர்ந்துவிட்டது என்று சொல்ல முடியவில்லை. நிறவெறி, மதவெறி, இன வெறி, சாதிவெறி, மொழிவெறி போன்ற வெறிகள் வளர்ந்து வருகின்றன. இவ்வெறிகள் காரணமாக மனிதத் தன்மையையே பலர் இழந்து விடுகின்றனர். தங்கள் கருத்துக்கு முரண்பட்ட மனிதர்கள் மேல் வெறுப்பும், கடுப்பும் கொள்ளுகின்றனர். இத்தகைய வேறுபாடுகள் எப்பொழுது ஒழிகின்றனவோ, மக்கள் எப்பொழுது ஒன்றுபட்டு வாழ்கின்றனரோ அன்றுதான் உண்மையான மனிதப் பண்பு நிலைக்க முடியும்.

பண்டைக் காலத்திலிருந்து இன்றுவரையிலும் மக்களை ஒன்று சேர வொட்டாமல் பிரித்து வைப்பதில் முதன்மையாக இருப்பவை சமய பேதங்களும், சாதி பேதங்களுமேயாகும். சமயங்கள் போதிப்பது அன்புநெறியாக இருக்கலாம். ஆனால் அவைகளின் பழங்கணக்கைப் பார்த்தால் மனித ரத்தத்தை உறிஞ்சாமல் வளர்ந்த சமயங்களைக் காணமுடியாது. சாதி வேற்றுமை காரணமாக இன்றும் மக்களிடையே நடைபெறும் சண்டை சச்சரவுகளைக் காண்கிறோம். ஆகையால் சமய வேற்றுமைகளும், சாதி வேற்றுமைகளும் மனித சமுதாயத்தை விட்டு ஒழியவேண்டும் என்று பகுத்தறிவுவாதிகள் கருதினர். பகுத்தறிவுவாதம் பேசும் சித்தர்களும் இதையே சொன்னார்கள். இன்றும் அறிவாளிகள் இதையே விரும்புகின்றனர்.

சமயபேதம், பலவான சாதிபேதங்கள்

சமயத்தோர்க்கே யல்லாது சற்சாது களுக்கோ?

என்று கேட்கிறார் பாம்பாட்டிச் சித்தர். சமய வேற்றுமைகளும், பலவகையான சாதி வேற்றுமைகளும் பகுத்தறிவாளர்கள் பின் பற்றக்கூடியவையல்ல; அறிவாளர்கள் ஒப்புக் கொள்ளக் கூடியவை அல்ல. சமய வேற்றுமையும், சாதி வேற்றுமையும் பாராட்டுவோர், சமயவெறி கொண்டவர்களே ஆவார்கள்; உண்மை நெறியை உணராத அவர்களுக்கே அத்தன்மை பொருந்துவதாகும். உண்மை நெறி உணர்ந்த ஞானிகளுக்குச் சமயபேதமோ, சாதிபேதமோ இல்லை. அவர்கள் இப்பேதங்களை ஒப்புக் கொள்ள மட்டார்கள்; நம்ப மாட்டார்கள்; பின்பற்ற மாட்டார்கள். இப் பேதங்களை விட்டவர்களே சிறந்த மனிதத் தன்மை படைத்தவர்கள் என்று மேலே கண்ட அடிகளால் முழங்கினார்.

பின்னும் சொல்லுகிறார் சிவவாக்கியர்; சாதிப்பிரிவை எண்ணும் போதே சாதுவான அவருக்குக் கோபம் மூளுகிறது. சாதிப் பிரிவு என்ற சுவடே இல்லாமல் அதை அடியோடு ஒழித்துவிடவேண்டும் என்று ஆத்திரத்துடன் சொல்லுகிறார்:

சாதிப் பிரிவினிலே தீமூட்டு வோம்!
சந்தை வெளியினில் கோல்நாட்டு வோம்!

சாதிப் பிரிவு என்று குப்பை மேட்டைத் தீமூட்டி எரித்துச் சாம்பலாக்கி விடுவோம்! பலரும் கூடும் சந்தைவெளியில் அதாவது பொதுமக்கள் கூடும் இடத்தில் சாதிப் பிரிவால் நடைபெற்ற கொடுங்கோன்மை ஒழிந்தது என்று சொல்லிச் சமரசம் என்னும் செங்கோலை நிலைநாட்டுவோம்! என்று பாடுகிறார். இதனால் சாதிவேற்றுமையைச் சிவவாக்கியர் எவ்வளவு மிகுதியாக வெறுக்கிறார் என்பதைக் காணலாம்; மனித சமூக ஒற்றுமையிலே அவருக்கு இருக்கும் ஆர்வத்தையும் அறியலாம்.

மேலே காட்டிய சிவவாக்கியர் பாடல்களைக் கொண்டு அவருடைய முற்போக்கான கருத்துக்களைக் காண்கிறோம்.

உருவச்சிலையிலே தெய்வம் இருப்பதாக நினைப்பது, வணங்குவது அறிவீனம்; உருவ வணக்கம் அறிவை வளர்க்காது; மூடத்தனத்தையே வளர்க்கும். மூடர்களே உருவங்களை வைத்து வணங்குவார்கள்.

பகுத்தறிவைப் பயன்படுத்தாமல் வேத புராணங்களை நம்புவோர் பயன்பெறமாட்டார்கள்; உண்மை நெறியை உணர மாட்டார்கள். அவைகள் எல்லாம் வீணான கற்பனைகள்.

மக்களிடையே வேற்றுமையை வளர்ப்பன சமயபேதமும், சாதிபேதமும் ஆகும். ஆகையால் உண்மை நெறியை அறிந்த ஞானிகள் சமயபேதத்தை விட்டொழிப்பர்; சாதிபேதத்தைக் கைவிடுவர். சாதி, சமயபேதங்கள் உலகைவிட்டு மறைந்தால்தான் மக்கள் முழு மனிதத்தன்மையுடன் வாழ முடியும்.

இக்கருத்துக்களையெல்லாம் மக்கள் அனைவரும் அறிய வேண்டும் என்னும் ஆவலுடன்- அருளுடன்- பாடி வைத்திருக்கிறார் பாம்பாட்டிச் சித்தர்.

5. இடைக்காட்டுச் சித்தர் பாடல்

இடைக்காடர் வரலாறு

இடைக்காடு என்ற ஊரிலே இவர் வாழ்ந்தவர்- அல்லது பிறந்தவராதல் வேண்டும். அதனாலேயே இவர் இடைக்காட்டுச் சித்தர் என்று பெயர்பெற்றார். காடு என்பது முல்லைநிலம்; முல்லைநில மக்கள் இடையர்கள். ஆதலால் இவர் இடையர் குடியிலே பிறந்தவராக இருக்கலாம்.

சங்கப் புலவர்களிலே இடைக்காடனார் என்று ஒருவர் உண்டு. இடையர் வாழ்ந்த முல்லை நிலத்திலே பிறந்தவராதலால் அவர் அப்பெயர் பெற்றார். இடைக்காடனார் பாடல்கள் நற்றிணை, குறுந்தொகை, அகநானூறு, புறநானூறு முதலிய சங்க நூல்களிலே காணப்படுகின்றன.

கடுகைத் துளைத்துஏழ் கடலைப் புகட்டிக்
குறுகத் தறித்த குறள்

என்று குறளைப் போற்றும் திருவள்ளுவ மாலைச் செய்யுள் இவரால் பாடப்பட்டதாகும்.

விரிந்த பொருளைச் சுருக்கமாகப் பாடுவதிலே இடைக் காடர் சிறந்தவர். இவருடைய பாடல்கள் பெரும்பாலும் முல்லை நிலத்தைப் பற்றியே, அதாவது இடையர்கள் வாழும் நிலத்தைப் பற்றியே கூறுகின்றன.

திருவிளையாடற் புராணத்திலே இவரைப் பற்றிய வரலாறு ஒன்று காணப்படுகின்றது. திருவள்ளுவரைப் பற்றி வழங்கும் கதையிலும் இவருடைய தொடர்பு காணப்படுகின்றது.

ஊசிமுறி என்றொரு நூல் இவரால் பாடப்பட்டதாகப் பழைய உரைகளின் மூலம் தெரிகின்றது. சில பாடல்கள் ஊசி முறியின் பாடல்கள் என்று பழைய உரைகளில் குறிக்கப் பட்டிருக்கின்றன.

சங்க காலத்துப் புலவரான இடைக்காடருக்கும், இடைக் காட்டுச் சித்தருக்கும் முடிச்சுப் போடுவோர் உண்டு. இடைக் காட்டுச் சித்தர் பாடல்களையும், சங்க காலப் புலவரான இடைக்காடர் பாடல்களையும் படித்தால் இருவரையும் ஒருவர் எனக் கொள்ள மாட்டார்கள். இருவர் பாடல்களின் நடைக்கும் வேற்றுமை உண்டு. மலைக்கும் மடுவுக்கும் உள்ள வேற்றுமையைக் காணலாம். நடையில் மட்டும் அல்ல; கருத்திலும் இத்தகைய வேற்றுமையைக் காணலாம்.

இடைக்காட்டுச் சித்தர் என்பவர் பிற்காலத்தில் இருந்த ஒரு புலவர்; சித்தர்கள் காலம் என்று கருதப்படும் கி.பி. பத்தாம் நூற்றாண்டுக்குப் பின் தோன்றிய ஒரு புலவர். ஞான மார்க்கத்திலேயே பற்றுடையவர்; மக்களிடையே ஞானமார்க்கத்தைப் பரவச் செய்யவேண்டும் என்னும் ஆர்வம் உள்ளவர்.

இவர் தம் உள்ளத்தால் கண்டறிந்த உண்மைகளை மக்களுக்குப் புரியும்படி எளிய நடையிலே பாடினார். பாமர மக்கள் பாடி மகிழும்படியான சந்தங்களிலே பாடினார். இவரும் இடைக்காடு என்னும் ஊரிலே பிறந்தவராதலின்- ஞானமார்க்கத்தில் நின்றவராதலின்- மக்கள் இவரை இடைக்காட்டுச் சித்தர் என்று அழைத்தனர். இவ்வளவுதான் இடைக்காட்டுச் சித்தரைப் பற்றி நாம் அறியும் உண்மை.

சங்ககால இடைக்காடனார் வேறு, இந்த இடைக்காட்டுச் சித்தர் வேறு என்பது உறுதி; உண்மையுமாகும்.

அடக்கமே இன்பம்

எதைப் பார்த்தாலும் அதன்மேல் ஆசைப்படுதல் உள்ளத்தின் இயல்பு. இது எல்லா மனிதர்களிடமும் குழந்தைப் பருவத்திலிருந்து வளர்ந்து வந்த குணம். வானத்திலே விளங்கும் சந்திரனைக் காணும் குழந்தை, அதைப் பிடித்துத் தா என்று அடம் பிடிப்பதைக் காண்கின்றோம். ஆனால் அதை நம்மால் பிடித்துக் கொடுக்க முடிவதில்லை. ஆதலால் ஏதேதோ சமாதானம் சொல்லிக் குழந்தையின் அழுகையை அடக்கிவிடுகின்றோம்.

எந்தப் பொருளைப் பார்த்தாலும் அதை வாங்கித் தா என்று பிடிவாதம் பிடிக்கும் குழந்தைகள் உண்டு. பயன்படும் பொருளானால்- குழந்தைக்குப் படிப்பினையூட்டும் பொருளா யிருந்தால்- வாங்கித் தர வேண்டியதுதான். பயனற்ற பொருளையும் குழந்தைகளின் சண்டித்தனத்துக்கு இணங்கி வாங்கிக் கொடுப்போமானால் அச் செயல் குழந்தைகளின் கெட்ட குணத்தை வளர்ப்பதேயாகும். இச் சமயங்களில் அக் குழந்தைகளை எப்படியாவது சமாதானப்படுத்தி அவைகளின் பிடிவாத குணத்தைக் குறைக்கவேண்டும்.

இப்படி வளர்க்கப்படும் குழந்தைகள் தாம் பிறகாலத்தில் தங்கள் மனத்தைக் கட்டுப்படுத்தி ஆளும் தன்மை படைத்தனவாக இருக்கும். உள்ளத்தைக் கட்டுப்படுத்திக் கொள்ளும் பண்பிலே இளமை முதலே பயிற்சி பெற வேண்டும்; பயிற்சி அளிக்கப்படவேண்டும்.

மனம் என்னும் சொல்லை மன என்ற வடமொழிச் சொல் என்று கூறுவோர் பலர். மனம் என்ற சொல்லை மன்னுதல் என்ற சொல்லிலிருந்து பிறந்த தமிழ்ச் சொல்லாகக்

கொள்வோர் உண்டு. மன்னுதல் என்றால் பொருந்துதல் என்று பொருள். அதாவது, எந்தப் பொருளைப் பார்த்தாலும் அதன் மேல் சென்று படிதல் மனத்தின் இயல்பு. மனத்தின் இயல்பை நாம் எண்ணும்போது, மன்னுதல் என்ற சொல்லிலிருந்துதான் மனம் என்ற சொல் பிறந்தது என்பது பொருத்தமாகவே காணப்படுகிறது.

பார்த்த பொருள்களில் எல்லாம் போய்ப் படியும் பண்பு வாய்ந்த மனத்தை அடக்கி ஆளுகின்றவன் அறிவுள்ளவன்; உரம் படைத்தவன்; சிறந்த ஞானி. இவனே இவ்வுலகில் உள்ள துன்பங்களில் இருந்து விடுபடுவான்; சுதந்தரபுருஷனாக வாழ்வான்; இன்பநிலையை அடைவான். இந்த உண்மையை இடைக்காட்டுச் சித்தர் எடுத்துக் காட்டுகின்றார்.

மனம் என்னும் மாடு அடங்கின்
தாண்டவக் கோனே! - முத்தி
வாய்த்ததென்று எண்ணேடா
தாண்டவக் கோனே!

"மனம் என்பது கட்டுக்கடங்காத ஒரு முரட்டு மாடு. அது நமது கட்டுக்குள் அடங்குமானால் விடுதலை கிடைத்துவிட்டது என்று நிச்சயமாக எண்ணிக்கொள்."

இவ்வாறு தாண்டவக்கோன் என்பவனைப் பார்த்துப் பாடியிருக்கின்றார். இதற்குப்பின் அவர் கூறும் அறிவுரை மிகச் சிறந்ததாகும்.

தாண்டவக்கோனே! மனத்தை அடக்கி ஆள்வது மட்டும் போதாது. நமது மனத்திலே வசிக்கும் ஒரு பாம்பு உண்டு. அது கொடிய விஷப் பாம்பு. அது நமக்கும் கெடுதியைத் தரும்;

பிறருக்கும் தீமையைத் தரும். அந்தப் பாம்பு நம் உள்ளத்திலே குடிகொண்டிருக்கும் வரையிலும் நாம் எந்தக் காரியத்திலும் வெற்றி பெற முடியாது. நாம் தொடங்கும்- செய்யும்- காரியங்கள் எல்லாம் வீணாகத்தாம் போய்விடும்.

அந்தப் பாம்பு எது தெரியுமா? அதுதான் சினம்- கோபம்- வெகுளி- ஆத்திரம் என்று சொல்லப்படும் நச்சுப்பாம்பு. அதை நம் உள்ளத்திலே வாழவிடக் கூடாது; அதை மாண்டு மடியச் செய்துவிட வேண்டும். அந்தப் பாம்பு மடிந்தால் தான்- செத்துப் போனால்தான்- நாம் நினைப்பன வெல்லாம் நிறைவேறும்; கைகூடும்; சித்தியாகும். ஆகையால் அந்தச் சினமென்னும் பாம்பை அடித்துக் கொன்றுத் தூக்கி எறிந்துவிடு என்று பாடுகிறார். இதனை,

சினம் என்னும் பாம்பிறந்தால்
தாண்டவக்கோனே! - யாவும்
சித்தி என்றே நினையடா
தாண்டவக்கோனே!

என்று பாடினார்; ஐயத்திற்கு இடமில்லாமல் சினத்தைப் பற்றித் தெளிவாக அறிவித்தார். இதற்கு மேலும் அறிவுரை புகட்டுகின்றார் சித்தர்.

ஆசை என்பது அடங்காத பசு. அந்தப் பசுவின் அடங்காத் தன்மை அழியவேண்டும்; ஆசையைக் கட்டுக்குள்- அளவுக்குள்- எல்லைக்குள்- அடக்கிவிட வேண்டும். இதைச் செய்து விட்டால் இந்த உலகில் உள்ள உண்மைகள் முழுவதையும் கண்டறிய முடியும். தாண்டவக் கோனே! உனக்கு உலகம் முழுவதையும் கண்டறியவேண்டும் என்ற கருத்திருந்தால் ஆசையை அறுத்துவிடு என்று பாடினார். இதனை,

ஆசை யென்னும் பசுமாளின்

தாண்டவக்கோனே!

அண்டம் எல்லாம் கண்டறிவாய்

தாண்டவக்கோனே!

என்ற பாட்டால் காணலாம். இதற்குமேலும் தாண்டவக் கோனை நோக்கி அறிவுரைகள் பல புகட்டுகின்றார் சித்தர்.

இவ்வாறு இடைக்காட்டுச் சித்தர் பாடியிருப்பவை அறிஞர்களின் சிந்தனைக்கு விருந்தாக அமைந்திருக்கின்றன. முதலில் மனத்தை அடக்கி ஆள வேண்டும்; இரண்டாவது சினத்தைச் சிதைத்து அழிக்கவேண்டும்; மூன்றாவது பேராசைக்கு இடங்கொடாமல் வாழவேண்டும் என்று இடைக்காடர் கூறும் ஞானத்தைப் பின்பற்றுவோர் கவலையற்று வாழ்வார்கள் என்பது நிச்சயம்.

அறிவுக்குத் தூண்டுகோல்

அறிவு அனைவரிடமும் உண்டு; அறிவில்லாதவர் ஒருவரும் இல்லை. படித்தவர்களுக்கும் அறிவுண்டு; படிக்காதவர்களுக்கும் அறிவுண்டு. படித்தவர்களிலே பலர், படித்த விஷயங்களைத் தவிர வேறு ஒன்றைப் பற்றியும் உணராதிருப்பதைக் காண்கிறோம். படிக்காதவர்களிலே எத்தனையோ பேர் நுண்ணறிவுடன் பல தொழில்கள் செய்வதைக் காண்கிறோம். ஆதலால் படித்தவர்கள்தாம் அறிவாளிகள், படிக்காதவர்கள் அறிவில்லாதவர்கள் என்று முடிவு செய்வது தவறாகும்.

ஒவ்வொருவரிடமும் சிந்திக்கும்- ஆராய்ந்து பார்க்கும்- எண்ணிப் பார்க்கும்- இயற்கை அறிவு உண்டு. படித்தவர்களா கட்டும், படிக்காதவர்களாகட்டும்- இந்த இயற்கை அறிவை

வளர்த்துக் கொள்ள வேண்டும்; இதை வளர்த்துக் கொண்டவர்கள் அறிவாளிகள் எனப் பெயர் பெற்று விளங்குவர்; தொட்ட காரியங்களைத் திறம்படச் செய்வார்கள்.

இத்தகைய சிந்தனா சக்தி உலக விவகாரத்தில் ஈடுபட்டிருப் பவர்களுக்கும் வேண்டும்; அரசியல், சமுதாயத் துறையில் உழைப்போர்க்கு இவ்வறிவு இன்றியமையாததாகும். ஆன்மீகத் துறையில் ஈடுபடுவோர்க்கும் சிந்தனா சக்தி- ஆராய்ச்சி அறிவு- அவசியமானதாகும். இன்றேல் அவர்கள் பல மூடநம்பிக்கைச் சேற்றிலே வீழ்ந்து தடுமாறுவார்கள்; உண்மைநெறியை உணர முடியாமல் திண்டாடுவார்கள்.

சித்தர் குழுவைச் சேர்ந்தவர்கள் ஆன்மீகத் துறையில் நுழைவோர்க்கு நல்ல எச்சரிக்கைகளை விடுத்திருக்கின்றனர்; உலக வாழ்விலே தொல்லைப்படாமல் வாழ விரும்பும் அவர்களுக்கு நல்ல அறிவுரைகளைக் கூறியிருக்கின்றனர். அவர்கள் கூறும் அறிவுரைகளில் முதன்மையானது, உங்கள் சிந்தனா சக்தியைப் பயன்படுத்துங்கள் என்பதுதான். உங்கள் அறிவைப் பயன்படுத்தினால் எல்லா உண்மைகளையும் அறிந்து கொள்ளலாம்; தொல்லையில்லாமல் மனஅமைதி பெற்று வாழ முடியும் என்பதுதான்.

ஆன்மீகத்துறையை நாடுவோரின் அழிவைத் தூண்டும் வகையிலே இடைக்காட்டுச் சித்தர் கூறும் சில உண்மைகள் போற்றத்தக்கவை.

கடவுள் இவ்வுலகைப் படைத்தான் என்பது உண்மை. ஆனால் அவன் எந்தச் சாதனங்களையும் வைத்துக் கொண்டு இவ்வுலகைப் படைக்கவில்லை; தன் நினைப்பினாலேயே எல்லாவற்றையும் படைத்தான். இத்தகைய நினைப்பு வல்லமை படைத்தவன் கடவுள். அற்ப அறிவே! நீ

விரிவடைந்து அவனை நன்றாக உணர்வாயாக! என்று பாடுகிறார். இதனை,

எல்லாப் பொருள்களையும் எண்ணப்படி படைத்த
வல்லாளன் தன்னை வகுத்தறிநீ புல்லறிவே!

என்ற பாட்டால் காணலாம். இதனால் நினைப்பின் வலிமையை விளக்கினார். இதற்கு அடுத்தபடி, அந்தக் கடவுள் எப்படி யிருக்கிறார்? எங்கேயிருக்கிறார்? என்பதைப் பாடுகிறார்.

அக்கடவுள் எவ்வகையாலும் கண்ணுக்குக் காணா மலிருப்பவர்; கண்ணுக்குக் காணப்படுகின்றவை எவையானாலும் அவற்றைக் கடவுளாக எண்ணுவது அறியாமை; எல்லாவிடங் களிலும், எல்லாப் பொருள்களிலும் மறைந்தே நிற்கின்றார். இத்தகைய பரந்த ஒன்றை, ஏ, அற்ப அறிவே! நீ விரிவடைந்து ஆராய்ந்து அறிக என்று பாடுகிறார். இதனை,

கட்புலனக்கு எவ்வளவும் காணா திருந்துஎங்கும்
உட்புலனாய் நின்ற ஒன்றை உய்த்துஅறிநீ புல்அறவே!

என்ற பாடலால் காணலாம். இதற்கு மேலும், அந்தக் கடவுள் வேறெங்கும் இல்லை; உள்ளத்திலேயே இருக்கிறார் என்ற உண்மையை வெளியிடுகிறார்.

உன்னுடைய அறிவின் வல்லமையை நீ தெரிந்து கொள்ள வேண்டும்; இருட்டறைக்கு நல்ல விளக்காக இருப்பது உனது அறிவு, உனது அறிவால் அஞ்ஞானத்தைக் காணமுடியும்; விரட்டியடிக்க முடியும். ஆதலால் உன் உள்ளத்தை அருள் நெறியிலே நிறுத்து; எல்லோரையும் ஒன்றென நினைத்து

உதவி செய்யும் இரக்கநெறியிலே நிறுத்து. இப்படி நிறுத்தினால், "ஏ, புல்லறிவே! உனது தன்மை அழியும் உண்மை காணும் ஞான விளக்காக நீ நிற்பாய்" என்று பாடுகிறார். இதனை,

இருட்டறைக்கும் நல்விளக்காய்
இருக்கும்உன் தன் வல்லமையை
அருள்துறையில் நிறுத்திவிளக்கு
ஆகுநீ புல்லறிவே!

என்ற பாடலால் காணலாம். இவ்வாறு இடைக்காடர் மக்களின் அறிவைத் தட்டி எழுப்புகின்றார்; தூண்டுகின்றார்.

இறைவன் தன் நினைப்புவல்லமையால் உலகைப் படைக் கின்றான்; ஆகையால் உறுதியான உள்ளம் பெற்றோர் எதையும் சாதிக்க முடியும்.

கடவுள் கண்ணால் காணமுடியாதவர்; எப்பொருளிலும் இருப்பவர்; இவ்வுண்மையை ஆராய்ந்து அறிய வேண்டும்.

அறிவால் அஞ்ஞானத்தை ஒழிக்கவேண்டும். அருள் நெறியில் நிற்பதே சிறந்த அறிவு; அதுவே ஞானவிளக்கு.

இவ்வுண்மைகளையே இடைக்காட்டுச் சித்தர் மேலே காட்டிய பாடல்களின் மூலம் தெளிவாகத் தெரிவித்தார்.

6. அகப்பேய்ச் சித்தர்

இவர் மனத்தைப் பேயாக உருவகம் செய்து பாடியிருக்கிறார்; ஆதலால் அகப்பேய்ச் சித்தர் என்று பெயர் பெற்றார். இவருடைய பாடல்கள் முழுவதும் உள்ளத்துக்கு உபதேசம் செய்வதாகவே அமைந்திருக்கின்றன. மனத்தைப் பார்த்து இவர் செய்யும் உபதேசம் மக்களுக்குச் செய்யும்- கூறும் - அறிவுரை யாகவே அமைந்திருக்கின்றது.

சைவத்தின் சிறப்பு

சைவம் என்பதற்கு அன்பு என்பது பொருள். ஆதலால் சைவர் என்பவர்கள் அனைவரிடமும் அன்பு காட்ட வேண்டும்; அகங்காரம் அற்று வாழவேண்டும். அகங்காரம்- அகந்தை- அழிந்த இடத்திலேதான் அன்பு வளர முடியும். ஆதலால் சைவர்கள் முதலில் ஊன் உணவைக் கைவிட வேண்டும். இதைக் கைவிட்டு அனைவரிடமும் அன்பு காட்டுவோரே குற்றமற்ற சைவராவார் என்று பாடுகிறார். இதனை,

தான்அற நின்றஇடம்- அகப்பேய்!
சைவம் கண்டாயே!
ஊன்அற நின்றவர்க்கு- அகப்பேய்!
ஊனம் ஒன்று இல்லையடி!

என்ற பாடலால் காணலாம்.

மற்றொரு பாடலிலே பிறவித் துயர் நீங்குவதற்கு வழி கூறுகிறார்.

இனிப் பிறந்து இறந்து துன்பப்படாமல் இன்பம் அடைய வேண்டும் என்றால் யாருக்கும் தீமைகளைச் செய்யாதே; உண்மையான துறவு பூண்டவர்கள்- பேராசையைக் கைவிட்டவர்கள்- தீய காரியங்களைச் செய்யமாட்டார்கள், செயலற்றுச் சும்மாதான் இருப்பார்கள் என்று பாடுகிறார். இதுவும் அன்பு நெறியைப் பின்பற்றுவோர் கைக்கொள்ள வேண்டிய ஒழுக்க மாகும். இதனை,

பிறவி தீரவென்றால்- அகப்பேய்!
பேதகம் பண்ணாதே!
துறவி யானவர்கள்- அகப்பேய்!
சும்மா யிருப்பார்கள்

என்பதே அப்பாடல்.

சாதி வேற்றுமை

தீமை செய்யாமல் அறநெறியில் நின்று வாழ்வோர் மக்களுள் வேற்றுமை பாராட்ட மாட்டார்கள். உயர்ந்த சாதி, தாழ்ந்த சாதி என்ற பிரிவினையை மதிக்க மாட்டார்கள்; மக்கள் அனைவரையும் ஒரே சாதி யென்றுதான் நினைப்பார்கள்; எல்லா மக்களிடமும் சமத்துவமாகத்தான் நடந்து கொள்ளுவார்கள். இது, தன்னை அறிந்தவர்களின் செயலாகும். இதனை,

சாதிபேதம் இல்லை- அகப்பேய்!
தானாக நின்றவர்க்கு
ஓதி உணர்ந்தாலும்- அகப்பேய்!

ஒன்றுதான் இல்லையடி!

என்ற பாடலால் காணலாம். அகப்பேயே! தாமே எல்லா சக்தியும் படைத்தவர்கள் என்பதை உணர்ந்து நின்றவர்க்குச் சாதி பேதம் இல்லை. அவர்கள் எவ்வளவு மிகுதியாக வேத வேதாந்தங்களை ஓதி உணர்ந்திருந்தாலும் தான் என்ற கர்வம் ஒன்றுஅவர்கள் உள்ளத்தில் இல்லை என்பதே இதன் பொருள்.

சாத்திரமும் கடவுளும்

சாத்திரங்களின் மூலம் கடவுளைக் கண்டுவிடலாம் என்பது பைத்தியக்காரத்தனம், கடவுளைக் காட்டும் சாத்திரங்கள் ஒன்றுமேயில்லை. இவ்வுலகில் நம் கண்முன் நடமாடும் எவையும் இறைவன் அல்ல; இவைகளையெல்லாம் கடந்ததே கடவுள். கடவுளைக் கண்ணால் காணவும் முடியாது; உள்ளத்தால் கற்பனை செய்து பார்க்கவும் முடியாது என்று பாடுகிறார். இதனை,

சாத்திரம் இல்லையடி; - அகப்பேய்!
சலனம் கடந்ததடி
பார்த்திடல் ஆகாதே; - அகப்பேய்!
பாவனைக்கு எட்டாதே!

என்ற பாடலால் காணலாம்.

கடவுளைச் சாத்திரங்களில் காண முடியாது; சஞ்சரிக்கும் பொருள்களில் காண முடியாது; கண்ணால் பார்க்க முடியாது; உள்ளத்தால் கற்பனை பண்ணவும் முடியாது- என்றால் கடவுளைக் காணுவதுதான் எப்படி? அதற்கு வழியேயில்லையா? இக் கேள்விகளுக்கு அகப்பேய்ச் சித்தரே

பதில் சொல்லி விடுகிறார். கடவுளைக் காணமுடியும்; அதற்கான வழி உண்டு என்று தெளிவாகச் சொல்லுகிறார்.

தன்னை அறியவேண்டும்; தன்னுடைய இயல்பை- ஆற்றலை- உணரவேண்டும்; தன்னை அறிந்து தீயநெறியிலே பிளவை- பிரிவை உண்டாக்கும் வழியிலே சேராமல் உண்மை நெறியிலே சேரவேண்டும். இந்த உண்மையை அறியாமல் இதற்கு மாறானவைகளை அறிவது மனிதத்தன்மையுள்ள அறிவாகாது, பேய்த்தன்மையுள்ள அழிவாகும் என்று பாடுகிறார். இதனை,

தன்னை அறியவேண்டும்- அகப்பேய்!
சாராமல் சாரவேண்டும்;
பின்னை அறிவதெல்லாம்- அகப்பேய்!
பேய்அறிவு ஆகும் அடி!

என்ற பாடலால் காணலாம்.

இவ்வாறு தன்னை அறிவதனால் கடவுளை அறியலாம் என்று கூறியவர், மற்றொரு பாடலில் இன்னும் தெளிவாகக் கூறியுள்ளார்.

நான் சும்மா ஒப்புக்காகச் சொல்லவில்லை; உன் மேல் ஆணையிட்டு உறுதியாகச் சொல்லுகிறேன். நீருடன் உப்புக் கலந்திருப்பது போல உன்னுடனேயே இறைவன் இருக்கின்றான்; தெய்வத்தன்மை இருக்கின்றது. இதை ஆராய்ந்து உணர்ந்து ஆனந்தமாக வாழ்வாயாக! என்று பாடுகிறார். இதனை,

ஒப்பனை அல்லவடி; - அகப்பேய்!
உன் ஆணை சொன்னேனே!

அப்புடன் உப்பெனவே- அகப்பேய்!
ஆராய்ந் திருப்பாயே!

என்ற பாடலால் காணலாம்.

அன்பு நெறியே உண்மையான சைவமாகும்; பிறவித் துன்பம் தீர்வதற்கு வழி, தீமைகள் செய்யாமல் இருப்பது; சாதிபேதம் பாராட்டாமையே செருக்கின்மைக்கு அடையாளம்; சாத்திரங்களின் மூலம் கடவுளைக் காணமுடியாது; கடவுள் நம்முடன் கலந்தே இருக்கின்றான்; அவனை நமக்குள்ளேயே காணவேண்டும். இவ்வுண்மைகளை மேலே காட்டிய அகப்பேய்ச் சித்தர் பாடல்களிலிருந்து அறியலாம்.

7. குதம்பைச் சித்தர்

குதம்பை என்பது பெண்கள் காதிலே அணியும் ஒரு நகை; ஆபரணம். குதம்பை அணிந்த பெண்ணைக் குதம்பாய்! என அழைக்கிறார் குதம்பைச் சித்தர். இவருடைய பாடல்களில் குதம்பை அணிந்த பெண்ணை, குதம்பாய் என்று முன்னிலைப் படுத்திப் பாடியிருப்பதனால் இச் சித்தருடைய பெயரையே குதம்பைச் சித்தர் என்று வைத்துவிட்டனர்.

குதம்பைச் சித்தருடைய பாடல்களிலே யோகத்தையும் ஞானத்தையும் புகழ்ந்து பேசுவதைக் காணலாம். இவருடைய பாடல்களும் எளிதிலே பாடத்தக்க இனிமையான இசைப் பாடல்கள்.

இவ்வுலகிலே மதவாதிகளாகவும், மதத்தலைவர்களாகவும் விளங்கும் பலர் ஆடம்பரமாகப் பெயர் சூட்டிக் கொள்வதைப் பார்க்கிறோம்; விருதுகளுடன் திகழ்வதைக் காண்கிறோம்; சிஷ்யகோடிகளுடன், எடுபிடி ஆட்களுடன், யானை குதிரைப் பரிவாரங்களுடன் பல்லக்கிலே பவனி வருவதைக் காண் கிறோம். இவைகள் வீண் ஆடம்பரங்கள்; இவர்கள் கடவுளை அறிந்தவர்கள் அல்லர் என்பதே குதம்பைச் சித்தர் கருத்து.

கடவுளுக்கு உருவமில்லை; அருவமானவர். வெட்ட வெளியே கடவுள் என்ற உண்மையை அறிந்தவர்களுக்கு ஆடம் பரமான பட்டயங்கள்- விருதுகள் - எல்லாம் எதற்காக? என்று கேட்கிறார். இதனை,

வெட்ட வெளிதன்னை
மெய்யென்று இருப்போர்க்குப்
பட்டயம் ஏதுக்கடி! - குதம்பாய்!

பட்டயம் ஏதுக்கடி!

என்ற பாடலால் காணலாம். இதுவே குதம்பைச் சித்தர் பாடலில் முதல் பாட்டு; மதவாதிகளின் ஆடம்பரத்தை வெறுக்கும் பாட்டு.

உண்மைப் பொருளை அறிந்து விளங்குகின்ற மெய் ஞானிக்கு உடலை வலுப்படுத்தக்கூடிய காயகற்பம் என்னும். மருந்துகூட வேண்டாம்; கவலையற்ற அவர்கள் உள்ளமே அவர்களுக்கு நோயற்ற வாழ்வை அளிக்கும். நீண்ட வாழ்நாளை அளிக்கும் உண்மைப் பொருளை அறியாத அஞ்ஞானிகள் தாம் காயகற்பந் தேடி அலைவார்கள் என்ற கருத்தை வெளியிட்டி ருக்கிறார் குதம்பைச் சித்தர். இதனை,

மெய்ப்பொருள் கண்டு விளங்கும் மெய்ஞ் ஞானிக்குக்
கற்பங்கள் ஏதுக்கடி- குதம்பாய்!
கற்பங்கள் ஏதுக்கடி!

என்ற பாடலால் காணலாம். உண்மை ஞானிகள் காயகற்பந் தேட மாட்டார்கள்; தேட வேண்டிய அவசியம் இல்லை என்பதை இதன்மூலம் வலியுறுத்தினார்.

தன்னுடைய நாட்டத்தைப் புருவ மத்தியிலே செலுத்தும் யோகப் பயிற்சியிலே தேர்ந்தவர்கள், என்றும் குறையின்றி வாழ்வார்கள்; எல்லா வல்லமையும் பெற்று வாழ்வார்கள் என்று யோகத்தைச் சிறப்பித்துப் பாராட்டிப் பாடுகிறார். இதனை,

நாட்டத்தைப் பற்றி நடுவணை சேர்வோர்க்கு
வாட்டங்கள் ஏதுக்கடி- குதம்பாய்
வாட்டங்கள் ஏதுக்கடி!

என்ற பாடலால் காணலாம்.

யோகசக்தி படைத்தவர்கள் காலனை வென்றவர்களாவர். அவர்களிடம் காலன் நெருங்கமாட்டான். அவர்கள் திடகாத்திர முடன் நீண்டநாள் உயிர்வாழ்வார்கள். காலனை வென்ற கருத்தறிவாளர்கள் ஆடம்பரமான வேடங்கள் பூணமாட்டார்கள்; அடக்கமாகவே வாழ்வார்கள் என்று பாடுகிறார். இதனை,

காலனை வென்ற கருத்தறி வாளர்க்குக்
கோலங்கள் ஏதுக்கடி- குதம்பாய்!
கோலங்கள் ஏதுக்கடி!

என்ற பாடலால் காணலாம்.

இவ்வாறு பல சிறந்த கருத்துக்கள் குதம்பைச் சித்தர் பாடலிலே காணப்படுகின்றன.

கடவுளின் உண்மையை அறிந்தவர்கள் வீண் ஆடம் பரமான விருதுகளை ஏந்திக்கொண்டு திரியமாட்டார்கள்.

உண்மையுணர்ந்த ஞானிகளுக்கு உடலை வளர்க்கும் காயகற்பங்கள் வேண்டுவதில்லை.

யோகப் பயிற்சியிலே தேர்ந்தவர்கள் எத்தகைய சோர்வும் இன்றி வாழ்வார்கள்.

யோகப் பயிற்சியிலே தேர்ந்தவர்கள் காலனையும் வெல்வர்; அவர்கள் வீண் வேடங்கள் இல்லாமல் அடக்கமுடன்

வாழ்வார்கள். இவ்வுண்மைகளை மேலே எடுத்துக்காட்டிய குதம்பைச் சித்தர் பாடல்களால் அறியலாம்.

8. கடுவெளிச் சித்தர்

கடுவெளிச் சித்தர் பாடல் முழுவதும் ஆனந்தக் களிப்பு என்னும் இசைப் பாடலாகும்; சிறந்த நீதிகளையும், உயர்ந்த ஞானத்தையும் அறிவிப்பது.

சொல்லுதற்கு அரிய சூது, பொய், மோசம் இவைகளை விட்டொழிக்க வேண்டும். சூதாடினால், பொய் பேசினால், பிறரை மோசம் பண்ணினால் நம் சுற்றத்தார் அனைவரும் நம்மை வெறுப்பார்கள்; நம்மை விரும்புவோர் ஒருவரும் இருக்க மாட்டார்கள்; நாம் அழிந்துபோவோம்; நமக்கு நாசந்தான் உண்டாகும். ஆகையால் நல்ல பக்தியும் அன்புமே ஒவ்வொரு நாளும் மனிதர்க்கு நன்மை தரும் ஆதலால் பக்தியையும் அன்பையுமே நேசிக்க வேண்டும்; விரும்ப வேண்டும்; பின்பற்ற வேண்டும் என்று பாடுகிறார் கடுவெளிச் சித்தர். இதனை,

சொல்அரும் சூது, பொய், மோசம்- செய்தால்
சுற்றத்தை முற்றாய்த் துடைத்திடும்; நாசம்;
நல்ல பக்தி, விசுவாசம் - எந்த
நாளும் மனிதர்க்கும் நன்மையாம் நேசம்

என்ற பாடலால் காணலாம்.

தீமைகள் செய்வது கூடாது; பக்தி விசுவாசத்துடன் வாழவேண்டும் என்று உபதேசித்த சித்தர் மேலும் அறிவுரை புகட்டுகின்றார்.

நன்மையடையும்படி நல்ல வழியைத் தேடு; எந்நாளும், உயர்ந்த உண்மையான இறைவனையே தேடு; அன்புடன் தேடு. அறிவற்றவர்கள், கோழைகள் கூட்டத்தில் சேராதே; கல்வி யிலும், அறிவிலும், ஒழுக்கத்திலும், உறுதியிலும் சிறந்தவர்கள் கூட்டத்துடனேயே கூடி வாழ்க; நினைத்தவற்றை யெல்லாம் கொடுக்கும் அந்த ஞானவள்ளலாகிய இறைவனை உள்ளத்திலே கண்டு வாழ்த்திக் கொண்டாடுவாயாக! என்று உபதேசம் பண்ணுகிறார். இதனை,

நல்ல வழிதனை நாடு; - எந்த
நாளும் பரமனை நத்தியே தேடு;
வல்லவர் கூட்டத்தில் கூடு;- அந்த
வள்ளலை நெஞ்சினில் வாழ்த்திக்கொண்டாடு

என்ற பாடலால் காணலாம்.

ஞானமார்க்கத்திலே செல்வோர் தாம் மட்டும் சாந்தி பெற்று வாழ நினைப்பது உண்மைஞானம் ஆகாது. தம்மைப் போல் ஏனைய மக்களும் சாந்தி மார்க்கத்திலே வாழ வழி காட்டவேண்டும்; இதுவே உண்மைஞானமாகும். இவ்வாறு போதனை செய்கிறார் கடுவெளிச் சித்தர்.

பொய்ந்நெறிகளிலே போய்த் தடுமாற வேண்டாம்; தவிக்க வேண்டாம்; அமைதியின்றித் தத்தளிக்க வேண்டாம். உண்மையான அறிவுப் பாதையைக் கண்டு தெளிவடைவாயாக. அந்த அறிவுப் பாதையிலே முன்னேறு. பரிசுத்தமான, வேதாந்த முடிவான வெட்ட வெளியினைப் பார்; தெளிவுகொள். அஞ்ஞான மார்க்கத்தை அழித்துவிடு; இகழ்ந்து தள்ளிவிடு, அதன் அடையாளமே தெரியாமல் மறைத்துவிடு; ஒழித்துவிடு; போக்கிவிடு. இப்படிச் செய்தால் நீ இன்பத்தைக் காண்பாய்; மனத்திலே அமைதி பெறுவாய்.

நமக்குச் சாந்தியும் அமைதியும் கிடைத்தால் போதும் என்று நின்றுவிடாதே. உன்னை அடுத்தவர்களுக்கு- அடைந்தவர்களுக்கு- அவர்களும் ஆனந்தம் அடையும் வழியைக் கூறுவாயாக. நீ பெற்ற இன்பத்தை அவர் களும் அடையும்படி செய்க. இதுவே உன் கடமையாகும் என்று பாடுகிறார். இதனை,

மெய்ஞானப் பாதையில் ஏறு;- சுத்த
வேதாந்த வெட்ட வெளியினைத் தேறு;
அஞ்ஞான மார்க்கத்தைத் தூறு; - உன்னை
அண்டினோர்க்கு ஆனந்த மாம்வழி கூறு

என்ற பாடலால் காணலாம்.

யோக மார்க்கத்திலே நடக்கிறோம் என்று சொல்லிக் கொள்கிறவர்களிலே சிலர், மயக்கப் பொருள்களை உட்கொள்ளுவதைக் காணுகின்றோம். கஞ்சா, அபின் முதலியவற்றை உட்கொண்டு, யோகம் செய்வதாகக் காட்சியளிப்போர் உண்டு. இவர்கள் எல்லாம் உண்மையான யோகிகள் அல்லர்; சோம்பேறிகள்; வயிற்றுப் பிழைப்புக்காக வேஷம் போடுகின்றவர்கள். உண்மையான யோக மார்க்கத்தைப் பின்பற்றுவோர் புகைபிடிக்க மாட்டார்கள்; நல்லொழுக்கத்தில் தலைசிறந்து நிற்பார்கள். இதனைக் கடுவெளிச் சித்தர் பாடலால் காணலாம்.

கஞ்சா புகைகுடி யாதே! - வெறி
காட்டி மயங்கியே கட்குடி யாதே;
அஞ்ச உயிர்மடி யாதே; - புத்தி
அற்றவர் அஞ்ஞானத்தின் நூல்படி யாதே

கஞ்சாப்புகை குடிக்காதே! வெறி வேண்டும் என்று சொல்லிக் கள்ளைக் குடிக்காதே! பிறர் அஞ்சும்படி உயிர்க் கொலை செய்யாதே! அறிவற்றவர்கள் எழுதிய அஞ்ஞானத்தைப் போதிக்கும் நூல்களைப் படிக்காதே! என்று இவ்வாறு பாடி யிருக்கிறார். கடுவெளிச் சித்தர் பாடலில் இத்தகைய சிறந்த நீதிகளையும், ஒழுக்க முறையையும், அறிவுரையையும் காணலாம். கடுவெளிச் சித்தர் பாடல் தன் மனத்துக்கு உரைப்பதுபோலப் பாடியதாகும்.

9. அகத்தியர் ஞானம்

அகத்தியரைப் பற்றி

அகத்தியர் சித்தர்களிலே தலைசிறந்தவராகக் கருதப் படுகிறார். தமிழுக்கு முதலில் இலக்கணம் செய்தவர் அகத்தியர் என்பது புலவர்கள் கொள்கை. அந்த இலக்கணத்துக்கு அகத்தியம் என்று பெயர். அது முத்தமிழுக்கும் இலக்கணம் கூறும் நூல் என்பர். ஆனால் அந்நூல் இக்காலத்தில் கிடைக்கவில்லை.

அகத்தியர்க்குச் சிவபெருமான் தமிழ் இலக்கணத்தை உபதேசித்தார். முருகன் அகத்தியர்க்குத் தமிழ் இலக்கணம் கற்பித்தார். இவ்வாறு புராணங்கள் கூறும்.

அகத்தியர் பொதிய மலையிலிருந்து தமிழைப் போதித்து வருகிறார் என்றும் உரைப்பர்.

அகத்தியர் பெயரிலே ஏராளமான வைத்திய நூல்கள் வழங்குகின்றன. அகத்தியர் பெயரால் சில மருந்துகளின் பெயர்களும் உண்டு. இன்று அகத்தியர் பெயரால் வழங்கும் நூல்களிலே வைத்திய நூல்கள்தாம் மிகுதியாக இருக்கின்றன.

இன்று அகத்தியர் பெயரால் வழங்கும் நூல்கள் எல்லாம், சரித்திரத்துக்கு எட்டாத நாளில் வாழ்ந்த காலத்தவராகக் கருதப்படும் அகத்திய முனிவரே பாடியனவா? நேரே அவர் வாயால் சொல்லப்பட்டனவா? அவைகள் ஆயிரக்கணக்கான ஆண்டுகளுக்கு முன் எழுதப்பட்ட நூல்கள் தாமா? என்று

ஆராயவேண்டும். இப்படி ஆராய்ந்தால் அவைகள் ஆயிரக் கணக்கான ஆண்டுகளுக்கு முன் எழுதப்பட்டவைகள் அல்ல என்ற முடிவுக்குத்தான் வரவேண்டும்.

அகத்தியர் பெயரால் வழங்கும் மருத்துவ நூல் பாடல்கள், இன்று வழங்கும்- பொதுமக்கள் பேசும்- எளிய நடையிலேதான் அமைந்திருக்கின்றன. நடையின் போக்கு பழமையானதாக- ஆயிரக்கணக்கான ஆண்டுகளுக்கு முன்பு வழங்கிய மொழியாக- காணப்படவில்லை. கி.பி. பத்தாம் நூற்றாண்டுக்குப் பின் வளர்ந்து வந்திருக்கும் கலப்புத்தமிழ் நடையிலேயே அமைந்திருக்கின்றன. ஆயினும் அந்நூல்களில் சொல்லப்படும் விஷயங்கள் பழங் காலத்தவை. அகத்திய முனிவரால் ஆராய்ந்து சொல்லப் பட்டவை என்று ஒப்புக்கொள்வதில் தவறில்லை. ஆகவே அகத்தியரின் கொள்கைகளை- அவர் கண்டறிந்த உண்மைகளைச் செவி வழியாக- கர்ணபரம்பரையாக- அறிந்தவர்கள் இருந்தனர்; பிற்காலத்தினரான அவர்கள் அவ்வுண்மைகளை அகத்தியர் பெயராலேயே பாடி, நூல்களாக வைத்தனர். இவ்வாறு கொள்ளுவதுதான் பொருத்தமாகும்.

அகத்தியர் ஞானம்

அகத்தியர் ஞானம் என்ற பெயரிலே பதினெண் சித்தர் ஞானக்கோவையில் இருபத்தாறு பாடல்கள் காணப்படுகின்றன. இப்பாடல்கள் மக்களுக்கு அறிவு புகட்டும் பாடல்கள்; சித்தர்களின் மத- சமுதாயக் கொள்கைகளை விளக்கும் பாடல்கள். மக்களுக்குப் பகுத்தறிவு உணர்ச்சியை ஊட்டும் கருத்துள்ள பாடல்கள் அகத்தியர் ஞானத்தில் காணப்படுகின்றன.

"வேத சாத்திரங்கள் மக்களை ஏமாற்றுவதற்கு ஏற்பட்டவை. புராணங்களால் மக்களுக்கு நன்மையில்லை. உடலை மட்டும் நம்பி வாழ்ந்த அறிவற்றோர்க்கே அவைகள் ஏற்பட்டவை."

புராணங்களில் பரிபாஷைகள் உண்டு; மூடர்கள் அவைகளை அறியமாட்டார்கள். கல்லையும் செம்பையும் தெய்வம் என்று நம்பி அலைவார்கள். இதனால் ஒருவரோடு ஒருவர் சண்டை போட்டுக்கொண்டு திரிவார்கள்.

புராணங்களிலும், புரட்டுக்களிலும் நம்பிக்கை வைத்தவர்கள் சாதிவேற்றுமை பாராட்டித் திரிவார்கள்; உடல்வேறு, ஆன்மா வேறு, கடவுள் வேறு என்று நம்புவார்கள். மூன்றும் ஒன்று என்பதை உணர்ந்து உடலைப் பாதுகாப்பவன், ஏனைய மக்களின் நல்வாழ்வுக்காகவும் உழைப்பவன். தந்நலங் கருதாதவன் ஆகிய பண்புள்ளவனே ஞானி; அவனே அறிவுடையவன்; உண்மையை உணர்ந்தவன். இக் கருத்துக்களை அகத்தியர் ஞானத்திலே காணலாம்.

தான் என்ற பெரியோர்கள் உலகத் துள்ளே
தாயான பூரணத்தை அறிந்த பின்பு
ஊண்என்றே உடலைநம்பி இருந்த பேர்க்கு
ஒருநான்கு வேதம்என்றும், நூலாம் என்றும்
தேனென்ற பதினெட்டுப் புராணம் என்றும்
தேவர்என்றும், தேவியென்றும் ரவிதான் என்றும்
நான்என்றும் நீயென்றும் சாதிபல வென்றும்
நாட்டினார் உலகத்தோர் பிழைக்கத் தானே

என்பது அகத்தியர் ஞானப் பாடல். இதன் பொருளைக் கண்டால் உண்மைகள் விளங்கும்.

"எல்லாவற்றிற்கும் அடிப்படையான முழு உண்மை அறிந்தவர்களிலும் அகங்காரம் பிடித்தவர்கள் உண்டு. அவர்கள் தாம் தான் என்ற ஆணவம் படைத்த பெரிய மனிதர்கள். இந்த உடல் வெறும் மாமிசப் பிண்டம்; இதனால் ஒன்றும் ஆகாது என்று நம்பியவர்களுக்காக அவர்கள் பல கற்பனைகளைச் செய்து வைத்தார்கள். அவைகள் நான்கு வேதங்கள் என்பன; அவைகளைப் பின்பற்றியன ஆகம நூல்கள் என்பன; தேன்போல் இனிக்கும் பதினெட்டுப் புராணங்கள் என்பன. அவைகளில் தேவர்கள், தேவிமார்கள், சூரியர்கள் என்றெல்லாம் எழுதி வைத்தனர்; அவர்களைப் பற்றிய கதைகள் புனைந்துவைத்தனர்; மக்கள், நான் வேறு சாதி; நீ வேறு சாதி என்று பிரிந்து சண்டை போடும்படி கூறிவைத்தனர். இவைகளையெல்லாம் உலகில் உள்ள சுயநலக்காரர்களின் பிழைப்புக்காகச் செய்து வைத்தார்கள். இதுவே மேலே கண்ட பாடலில் அடங்கியுள்ள பொருள்.

இப்பாடல், வேதங்கள், ஆகமங்கள், ஏனைய நூல்கள், புராணங்கள் எல்லாம், தந்நலங்கொண்ட அறிஞர்களின் வயிற்றுப் பிழைப்புக்காகச் செய்யப்பட்டவை. இந்த மாமிச உடல் நிலையற்றது என்று நினைப்பவர்களே அவற்றை நம்பி அறிவிழப்பார்கள். உடலின் உண்மையறிவோர் உடம்பைக் காப்பாற்ற முடியும், உடம்பால் இன்பந் துய்க்க முடியும் என்ற உண்மையை அறிந்தோர் அந்நூல்களால் மயங்கமாட்டார்கள்; என்ற கருத்துடன் விளங்குவதைக் காணலாம்.
கடவுளர்களைப் பற்றி வழங்கும் புராணங்கள் எல்லாம் பொய்யுரைகள், மக்கள் குலத்தைப் பிரித்துவைக்கும் கருத்துள்ளவை என்று தெளிவாக உரைத்தது இப்பாட்டு.

பாடினார் இக்கதைதாம்; சொல்லப் போனால்
பரிபாஷை அறியார்கள் உலக மூடர்;
சாடுவார் பலபலநூல் பார்த்துப் பார்த்து
தமைமறந்து படுகுழியில் வீழ்வார்; சாவார்;

வாடுவார் நாமமென்றும், ரூபம் என்றும்

வையகத்தில் கல், செம்பைத் தெய்வம் என்றும்

நாடுவோர்; பூரணத்தை அறியா மூடர்.

நாய்போலே குரைத்தலைவார்; வழிகா ணாரே.

இதுவும் அகத்தியர் ஞானத்தில் உள்ளது. புராணங்களை நம்புவோர் அடையும் நிலைமையை விரித்துரைக்கின்றது இச்செய்யுள்.

மக்களை மூடர்களாக்கவே இப் புராணக்கதைகளைப் பாடினார். அப் புராணங்களிலும் பரிபாஷைகள் உண்டு. ஆனால் உலகில் மூடர்கள் பலர் அப் பரிபாஷைகளை அறிய மாட்டார்கள். அவைபோன்ற இன்னும் பல நூல்களையும் படித்துப் படித்துச் சண்டையிடுவார்கள்; தன்மை அறியாமல் மறந்து கரையேற முடியாத ஆழமான குழியிலே வீழ்ந்து தவிப்பார்கள்; மீள முடியாமல்- அறிவுக் கரையிலே தாவிப் பிடித்து ஏற முடியாமல்- அந்த மூடப் படுகுழியிலேயே மடிவார்கள். கடவுளுக்கு- நம் உடம்பில் உள்ள மெய்ம்மைக்கு- பூரணத்துக்குப் பெயரும் உருவமும் கற்பிப்பார்கள்; இவ்வுலகில், கல்லிலும், செம்பிலும் உருவம் செய்து வைத்திருப்பதைப் பார்த்து அவற்றில் தெய்வம் இருப்பதாகத் தேடுவார்கள்; பரிபூரணப் பொருள் இருக்கும் இடம் அறியாத ஏழையர் செயல் இது. இவர்கள், நாய்கள் ஒன்றோடு ஒன்று சண்டையிடுவது போல, ஒருவரோடு ஒருவர் சண்டையிட்டுக் கொள்ளுவார்கள்; உண்மைவழி இன்ன தென்று அறியமாட்டார்கள்.

இவ்வாறு புராணங்களால் உண்டாகும் கலகத்தை- ஒற்றுமையின்மையை- எடுத்துரைத்தது இப் பாடல்.

உடலே முதன்மையானது

புராணங்களால் விளையும் தீமையை மேலே காட்டியவாறு எடுத்துக் கூறியது அகத்தியர் ஞானம். இதோடு நிற்கவில்லை; மக்கள் உணர வேண்டிய உண்மை இன்னது என்பதையும் தெளிவாகச் சொல்லுகின்றது.

வாழாமல் உலகம்விட்டு, வேடங்கள் பலவும் பூண்டு
வயிற்றுக்காய் வாய்ஞானம் பேசிப் பேசி,
தாழ்வான குடிதோறும் இரப்பான் மட்டை;
தனைஅறியாச் சண்டாளன் முழுமாடு அப்பா;
பாழாகப் பாவிகள்தன் சொல்கே ளாதே!
பதறாதே! வயிற்றுக்கே மயங்கி டாதே!
கேளாதே! பேச்செல்லாம் கேட்டுக் கேட்டுக்
கலங்காதே! உடல்உயிர் என்று உணர்ந்தி டாயே.

புராண வேதாந்தங்களை நம்பி, துறவி வேடம் பூண்டு, பிச்சையேந்தித் திரிவோர்க்கு அறிவுரை கூறுவது போல அமைந்திருக்கின்றது இப்பாடல். இப்பாடல் கூறும் உண்மையைக் காண்போர் சித்தர்களின் தத்துவத்தையும் காண்பார்கள்.

புராண வேதாந்த போதத்தை நம்பி உலக வாழ்வைத் துறக்க வேண்டாம்; உலக வாழ்வில் இன்பம் இல்லை; நிலையற்ற உடலை நம்பி வாழ்வது துன்பத்திற்கே இடம் என்று கருத வேண்டாம்; பலப்பல வேஷங்களைப்பூண்டு திரிய வேண்டாம்; வயிற்றுப் பிழைப்பின் பொருட்டு வாய் ஞானம் பேசி அலைய வேண்டாம். உடல் நிலையற்றது; உலகம் பொய்; சாவு மெய், வாழ்வு பொய் என்று சொல்லிக் கொண்டு வறியவர்களின் வீடுகளிலே சென்று பிச்சையேற்பவன் மூடன்; அவன் தன்னை யார் என்று ஆராய்ந்து பார்க்காத

சண்டாளன்; அவன், உருவில் மனிதனாயிருந்தாலும் செய்கையில் அறிவற்ற மாடு. ஆகையால் வீணாகப் பாவியர்கள், வஞ்சகர்கள், வேஷக்காரர்கள் சொல்லும் வார்த்தைகளைக் கேட்காதே! நம்பாதே! அவசரப்படாமல் ஆராய்ந்து எதனையும் செய்; வயிற்றுப் பிழைப்புக்காகப் பொய்களை மெய்கள் என்று நம்பி அறிவழியாதே! பிறர் பேச்சைக் கேட்கவேண்டாம்; பிறர் பேச்சுக்களைக் கேட்டு அறிவு கலங்காதே; குழப்பம் அடையாமல் உறுதியுடன் நடந்து கொள். உடலேதான் உயிர்; உடல்வேறல்ல, உயிர் வேறல்ல; இரண்டும் ஒன்றேதான். இந்த உண்மையை உணர்ந்து கொள்வாயாக.

இவ்வாறு, உடலும் உயிரும் ஒன்றேதான் என்ற சித்தர் கொள்கையை வலியுறுத்தியது இப்பாடல். மேலும்,

உடல்உயிரும், பூரணமும் மூன்றும் ஒன்று;
உலகத்தில் சிலபேர்கள் வெவ்வே றென்பார்

என்று சொல்லுகிறது அகத்தியர் ஞானம். கடவுள் வேறு, ஆன்மா வேறு, உடலாகிய மாயை வேறு என்பதை மறுக்கிறது இவ்வடி. இதனால் சித்தர்கள் பதி, பசு, பாசம் என்று கூறுவதை ஒப்புக் கொள்ளவில்லை என்று தெரிகிறது. மாயையின் கூறு என்று சொல்லப்படும் உடம்பும், தனியானது என்று சொல்லப் படும் உயிரும், பூரணம் என்று சொல்லப்படும் பதியும் ஒன்றேதான். இவ்வுலகில் இந்த உண்மையறியாத சிலர்தான் வேறுவேறு என்பார்கள் என்பது மேலே காட்டிய தொடரின் தெளிவான பொருளாகும்.

மேலே காட்டியவை உடம்பின் உண்மையை எடுத்துக் காட்டின. உடல் உண்மையென்பதை மறக்காதே; யோக மார்க்கத்தில் நின்று உடம்பைப் பாதுகாத்துக் கொள் என்பதே அகத்தியர் ஞானம் காட்டும் வழியாகும். சித்தர்களின்

உண்மையான கொள்கையைக் காண்பதற்கு இந்த அகத்தியர் ஞானமும் சிறந்த கருவியாக விளங்குகின்றது. மேலே காட்டிய பாடல்களே இதற்குப் போதுமான சான்றாகும்.

10. அழுகணிச் சித்தர்

அழுகணிச் சித்தர் பாடல் ஒப்பாரி போலவே அமைந்திருக்கின்றது. அழுகின்ற ஓசையே அப்பாடலின் இசையமைப்பு. அழுகின்ற இசையில்- மாதிரியில்- பாடியிருப்பராதலின் இவர் அழுகணிச் சித்தர் என்று அழைக்கப்பட்டார். இதுவே இவர் பெயருக்குக் காரணமாக இருக்கலாம்.

அழுகணிச் சித்தர் பாடல்களுக்கு யோகிகளும் தத்துவ ஞானிகளுந்தான் தெளிவாகப் பொருள் காணமுடியும். பாடல்களில் அமைந்திருக்கும் சொற்கள் புரியக்கூடிய சொற்கள்தாம். ஆனால் பாடல்களின் கருத்துக்களை வெறும் இலக்கண இலக்கியப் புலவர்களால் கண்டறிய முடியாது; அனுபவ ஞானிகள்தாம் அறிய முடியும்.

யோகத்தையும் ஞானத்தையுமே அழுகணிச் சித்தர் பாடல்கள் பாராட்டிப் பாடுகின்றன. அவற்றுள் ஓரளவு பொருள் விளங்கும் சில பாடல்களை மட்டும் காண்போம்.

கொல்லன் உலைபோல் கொதிக்குதடி என்வயிறு
நில்என்று சொன்னால் நிலைநிறுத்தக் கூடுதில்லை;
நில்லென்று சொல்லி நிலைநிறுத்த வல்லார்க்குக்
கொல்என்று வந்தநமன்- என் கண்ணம்மா!
குடியோடிப் போகானோ?

யோக சித்தியைப் பெற என்னால் முடியவில்லை; அத்தோல்வியால் என் வயிறு கொதிக்கின்றது. என்னுடைய

மூச்சைச் சுழிமுனையிலே நில் என்று சொன்னால், அந்தச் சுழிமுனையிலே நிலைநிறுத்த முடியவில்லை. சுழிமுனையிலே நில் என்று சொல்லி மூச்சை நிலை நிறுத்தி யோகம் செய்ய வல்லவரிடம் எமன் அணுகமாட்டான். அவரைக் கொல்வதற்காக வந்த நமன் அவரைக் கண்டு அஞ்சிக் குடிபெயர்ந்து ஓடிப்போய் விடுவான் என்று யோகத்தின் சிறப்பைப் பாராட்டிப் பேசினார். யோகத்திலே வெற்றிபெற்றோர்க்குச் சாவில்லை என்று கூறினார். சக்தியைக் கண்ணம்மா என்று அழைக்கிறார்.

இந்த உடம்பு நாற்றம் பிடித்த உடம்பு; உப்பிருந்த மண்பாண்டம் போல் அளறு பிடித்துக் கரைந்து அழிந்து போகும் உடம்பு. இந்த உடம்பின் இயல்பை மாற்றி, அழியாத உடம்புடன் பிறப்பதற்கு உதவும் மருந்து எனக்குக் கிடைக்க வில்லை; எவ்வளவு முயன்றும் கிடைக்கவில்லை; இவ்வுடம்பை மாற்றிப் பிறக்கக்கூடிய மருந்து எனக்குக் கிடைக்குமானால், இந்த ஊத்தைச் சடலத்தை விட்டொழிப்பேன்; உன் பாதத்தை அடைவேன் என்று கண்ணம்மாவை முன்னிலைப்படுத்திப் பாடுகிறார். இதனை,

ஊத்தைச் சடலமடி: என்கண்ணே! உப்பிருந்த பாண்டம் அடி!
மாற்றிப் பிறக்க மருந்தெனக்குக் கிட்டுதில்லை;
மாற்றிப் பிறக்க மருந்தெனக்குக் கிட்டுமென்றால்
ஊத்தைச் சடலம் விட்டு- என் கண்ணம்மா!
உன்பாதம் சேரேனோ?

என்ற பாடலால் காணலாம். இதுவும், யோகத்தால் உடலை வலுப்படுத்திக்கொள்ளலாம் என்ற கருத்துள்ள பாடல்தான்.

யோகிகளுக்கு நல்லொழுக்கமே முதன்மையாகும்; நல்லொழுக்கமற்றவர்கள் யோகிகள் அல்லர்; அவர்கள்

யோகத்தில் பழக முயன்றாலும் வெற்றிபெற முடியாது. இது அழுகணிச் சித்தர் கருத்து.

நான் தீமைகள் செய்வதற்கு அஞ்சாத வஞ்சகன்; என்னைக் கண்டித்துப் புத்தி புகட்டி நல்வழியிலே திருப்பும் துணைவர் யாரும் இல்லாத பாவி நான்! மனமாரப் பொய் சொல்லும் தன்மையுள்ளவன்! அன்பு சிறிதும் இல்லாத கொடியவன்! கஞ்சாப் புகை குடித்து மயங்கிக் கிடக்கும் வெறியன்! என்னுடைய ஒழுக்கம் அனைத்தும் இவ்வாறு அழிந்து நானும் கெடுவதற்கு முன்பே, அஞ்சாதே என்று சொல்லி, என்னை ஆட்கொண்டால் ஆகாதோ என்று பாடுகிறார். இதனை,

அஞ்சாத கள்ளனடி! ஆரும்அற்ற பாவிஅடி!
நெஞ்சாரப் பொய்சொல்லும் நேயம்இல்லா நிட்டூரன்!
கஞ்சா வெறியனடி! கைசேதம் ஆகுமுன்னே,
அஞ்சாதே என்று சொல்லி- என் கண்ணம்மா!
ஆண்டிருந்தால் ஆகாதோ!

என்ற பாடலால் காணலாம்.

நல்வழியைக் கைவிட்டுத் தீநெறியிலே நடப்போர் துறவி வேடம் பூண்டிருந்தாலும் உணவுக்கும் உடைக்கும் திண்டாடுவார்கள்; மானந் துறந்து, நல்லவர் கெட்டவர் என்று பாராமல் அற்பர்களிடமும் சென்று யாசிப்பார்கள்; பொருள் வேண்டிக் கையேந்தி நிற்பார்கள்; பல்லைக் காட்டிப் பரக்கப் பரக்க விழிப்பார்கள். இந்த நிலையை அழுகணிச் சித்தர் தன் மேல் ஏற்றிப் பாடுகிறார். நான் இந்த நிலையில் இருக்கிறேன். என்னுடைய இந்த நிலையைப் போக்க வேண்டும். எனக்கு அருளாகிய பொருளைத் தரவேண்டும் என்று சக்தியை வேண்டுகிறார். இதனை,

புல்லர் இடத்தில்போய்ப் பொருள்தனக்குக் கையேந்தி
பல்லைமிகக் காட்டிப் பரக்க விழிக்கிறண்டி!
பல்லைமிகக் காட்டாமல், பரக்க விழிக்காமல்
புல்லரிடம் போகாமல்- என் கண்ணம்மா!
பொருள் எனக்குத் தாராயோ?

என்ற பாடலால் காணலாம். இவ்வாறு அழுகணிச் சித்தர் பாடல்கள் படிப்பதற்கும் பாடுவதற்கும் இனிமையாக அமைந்திருக்கின்றன; ஆழ்ந்த பொருளமைந்தும் காணப்படுகின்றன.

11. கொங்கணச் சித்தர்

கொங்கணர் வரலாறு

சித்தர்களிலே கொங்கணர் என்பவர் ஒருவர். இவருக்குக் கொங்கணர், கொங்கணச் சித்தர், கொங்கண நாயனார் என்ற பெயர்களும் வழங்குகின்றன. இவர் பெயரால் வயித்திய நூல்களும், பாடல்களும் உண்டு.

கொங்கணர் திருவள்ளுவரின் சீடர் என்று சித்தர் கொள்கையினர் சொல்லுகின்றனர். இதுபற்றி வழங்கும் கதை ஒன்று உண்டு. கொங்கணர் ஒரு மரத்தின் கீழ்யோகம் செய்து கொண்டிருந்தார். அப்பொழுது மரத்தின் மேல் இருந்த கொக்கு ஒன்று அவர்மீது எச்சம் இட்டது. உடனே கொங்கணர் கண்ணை விழித்து அக்கொக்கைப் பார்த்தார். அது எரிந்து சாம்பலாயிற்று. அதன்பின், அவர் ஊருக்குள் புகுந்து, திருவள்ளுவர் மனைவாயிலில் நின்று பிச்சை கேட்டார். திருவள்ளுவர் மனைவி வாசுகியார், வள்ளுவருக்கு உணவு பரிமாறிக் கொண்டிருந்த நேரம். ஆதலால் அவர் பிச்சை கொண்டு வரச் சிறிதுநேரமா யிற்று. நேரங்கழித்துப் பிச்சை கொண்டுவந்த வாசுகியாரைக் கொங்கணர் கோபத்துடன் விழித்துப் பார்த்தார். உடனே வாசுகியார், கொக்கென்று நினைத்தாயோ கொங்கணவா? என்று கேட்டார். உடனே கொங்கணர் அஞ்சி, அம்மையாரைப் பணிந்தார். அதன்பின் வள்ளுவருக்குச் சீடர் ஆனார். இதுதான் அக்கதை.

கொங்கணச் சித்தர் பாடல்களில் வாலைக் கும்மி என்பது ஒன்று. வாலை என்பது சக்தியின் பெயர்; கன்னி யென்பது பொருள். இந்த வாலைக் கும்மி, கொங்கணர் பெயரால்

வழங்கினாலும், அவரால் பாடப்பட்டது அல்ல என்பது உண்மை. யாரோ ஒருவர், கொங்கணரின் கருத்துக்களை அமைத்துப் பாடியதுதான். இதுதான் உண்மையென்பதை வாலைக் கும்மிப் பாடலே கூறுகின்றது.

தேசம் புகழ்ந்திடும் வாலைக்கும்மித் தமிழ்
செய்ய எனக்குப தேசம் செய்தான்
நேசவான் வீரப் பெருமாள் குருசாமி
நீள்பதம் போற்றிக் கொண் டாடுங்கடி

என்பது வாலைக் கும்மிப் பாட்டு. இப்பாடலில், வாலைக் கும்மியின் ஆசிரியர் தமது ஆசிரியர் பெயரைக் குறிப்பிட்டுள்ளார். தமது ஆசிரியர் வீரப்பெருமாள் என்று சொல்லுகிறார். ஆதலால் இது திருவள்ளுவர் சீடர் என வழங்கும் கொங்கணரால் பாடப் பட்டது அன்று என்பது உறுதி. கொங்கணர் கொள்கையை அறிந்த ஒருவர் பாடியது என்பதுதான் உண்மை.

வாலைக் கும்மியும் சித்தர்களின் கொள்கைகளை அறிவதற்குத் துணை செய்கின்றது.

உடம்பு உண்மையானது

சித்தர்கள் உடம்பை மாயம்- பொய் - என்று கருதி அதைப் பேணாமல் விடவேண்டும் என்று சொல்லுகிறவர்கள் அல்லர். உடம்பு உண்மை; ஆதலால் அதைப் பாதுகாத்து நீண்டநாள் வைத்திருக்கவேண்டும் என்று சொல்லுகிறவர்கள். இந்த உண்மையை வாலைக் கும்மியில் காணலாம்.

ஊத்தைச் சடலம் என்று எண்ணாதே; இது
உப்பிட்ட பாண்டம் எண்ணாதே!

பார்த்த பேருக்கு ஊத்தைஇல்லை; இதைப்
பார்த்துக்கொள் உன்தன் உடலுக்குள்ளே

இது துர்நாற்றம் வீசும் உடம்பு என்று நினைக்காதே; உப்பிட்ட பாத்திரம் போல் உளுத்துக் கொட்டிவிடும் என்றும் நினைக்காதே. இவ்வுடம்பை நன்றாகப் பாதுகாத்த பேருக்கு இது ஊத்தைச் சடலம் அன்று; உப்பிட்ட பாத்திரமும் அன்று. உன் உடம்புக் குள்ளேயே இதை நீ நன்றாகப் பார்த்துக்கொள் என்று உடம்பின் உண்மையைக் கூறிற்று; உடம்பு பொய் யென்போருக்கு மறுப்புரை கூறிற்று. இவ்வுடம்பைப் பாதுகாப்பது எப்படி என்பதையும் வாலைக்கும்மி சொல்லாமல் விடவில்லை.

உடம்பைப் பாதுகாக்கும் வழி

நமது முதுகந் தண்டுக்கு மேலே உச்சியிலே, உள் நாக்குக்கு மேலே அறிவு விளக்கு எரிந்து கொண்டிருக்கிறது. யோகப் பயிற்சியால்தான் அதைக் காண முடியும். அதைக் கண்டால் கவலையின்றி ஆனந்தமாக வாழலாம்; உடலுக்கும் அழிவில்லை. இதைக் காண்பதற்குப் பல முறைகள் கூறுகின்றனர். இவ்வாறு நமது சிரசில் இருப்பதைத்தான் மேல்வீடு என்றும் சொல்லு கின்றனர். இதனை,

உச்சிக்கு நேரே உள்நாவுக்கு மேல்நிதம்
வச்ச விளக்கு எரியுதடி
என்றும், இந்த விளக்கைக் காணவேண்டுமானால்,
வீடாமல் வாசிப் பழக்கத்தைப் பாரு; நாம்
மேல்வீடு காணலாம் வாலைப் பெண்ணே!

என்றும் வாலைக் கும்மி பாடுகிறது.

மூச்சை - உயிர்ப்பை- வாசியை- நமது விருப்பப்படி அடக்கி நடத்தக்கூடிய யோகப் பயிற்சியைத் தாமதமில்லாமல் செய்ய வேண்டும். செய்தால்தான், நிலையற்றது என்று நினைக்கும் உடம்பை நிலையுள்ளதாகச் செய்யலாம். என்று கூறுகிறது வாலைக் கும்மி. இதனை,

கட்டாத காளையைக் கட்ட வேண்டும்; ஆசை
வெட்டவேண்டும்; வாசி எட்டவேண்டும்;
எட்டாத கொம்பை வளைக்க வேண்டும்; காயம்
என்றைக் கிறக்குமோ வாலைப் பெண்ணே!

என்ற பாட்டால் காணலாம். உடம்பு என்று மறையுமோ என்று சந்தேகப்படுகின்ற வாலைப் பெண்ணே! விரைவிலே உடம்பைப் பாதுகாத்துக்கொள். கட்டுப்படாமல் ஓடிக் கொண்டிருக்கின்ற காளையாகிய மூச்சைக் கட்டுப்படுத்த வேண்டும்; வேறுள்ள பேராசைகளை அறுத்துவிட வேண்டும்; வாசியென்னும் யோகத்தால் மேல் வீட்டை அடைய வேண்டும்; எட்டிப் பிடிக்க முடியாத அந்தக் கொம்பைப் பிடித்து நமது வசமாகும்படி வளைத்து விட வேண்டும். இதுவே மேலேகாட்டிய பாடலின் பொருள்.

யோகத்தால் நோய் நீக்கம்

யோகப் பயிற்சியால் இம்மை இன்பத்தைப் பெறலாம் என்பதே சித்தர்களின் கொள்கை. இவ்வுலகத்தில் நீண்டநாள் உடல்நோயின்றி வாழ்வதற்கே யோகப் பயிற்சியைச் சித்தர்கள் வலியுறுத்தியிருக்கின்றனர். இந்த உண்மையை வாலைக் கும்மி தெளிவாக எடுத்துரைக்கின்றது. இதனை,

ஆயுள் கொடுப்பாள் நீரிழிவு முதல்
கண்டன மற்ற வியாதிகள் எல்லாம்

பிசாசு, பறந்திடும் பில்லிபோல், அடி
பத்தினி வாலைப்பெண் பேரைச்சொன்னால்

என்ற பாட்டால் அறியலாம். சக்தியின் பேரைச் சொல்லிக் கொண்டு யோகப் பயிற்சி செய்தால், அதனால் வரும் நன்மை பல. ஆயுள் வளரும்; நீண்டநாள் உயிர் வாழலாம்; நீரிழிவு வியாதி முதலான, காணப்பட்ட ஏனைய கொடிய நோய்கள் எல்லாம் பறந்துபோய்விடும். வாலையின் சக்தியினால், தியானத்தால், பிசாசுகள், பில்லிகள் பறந்து ஓடுவது போல நோய்கள் யோகப் பயிற்சியால் ஒழியும். இக் கருத்தை வலியுறுத்தியது இப்பாடல்.

நீரிழிவு நோய்க்கு யோகப் பயிற்சி மருந்தாக உதவும் என்று இன்றைய நவீன ஆராய்ச்சியாளர்களும் ஒப்புக் கொள்ளு கின்றனர். இந்த முறை ஆயிரக்கணக்கான ஆண்டுகளுக்கு முன் சித்தர்களால் கண்டு பிடிக்கப்பட்டிருப்பது வியப்புக்குரியது. ஆகவே, நோய்களுக்கு யோகப் பயிற்சி ஒரு சிறந்த மருந்தென்பதே சித்தர்களின் கருத்து.

பெண்ணின் பெருமை

உற்பத்திக்கு உறைவிடம் பெண் என்பதே சித்தர்களின் கொள்கை. நீண்ட ஆயுளுடன் வாழப் பெண்ணின்பத்தை அவர்கள் வெறுத்துப் பாடியிருக்கின்றனர். ஆயினும் பெண்களை அவர்கள் பழிக்கவில்லை. சக்தியென்று அவர்கள் குறிப்பிடுவது பெண்களைத்தான். பண்டைக்காலத்தில் பெண்ணுக்குத்தான் எல்லா உரிமையும் இருந்தது. ஆண்கள் பெண்களுக்கு அடங்கித் தான் நடந்து வந்தனர். அக்காலத்தில் பிறந்ததுதான் சித்த மார்க்கம். இதைத்தான் சக்திமார்க்கம் என்றும், சாகேத்ய மார்க்கம் என்றும் கூறுகின்றனர். இக்கருத்தை வாலைக் கும்மியிலும் காணலாம்.

மாதவ ராய்வந்து அமுதம்தந் தாள், மனை

யாட்டி யாய்வந்து சுகம்கொடுத் தாள்;

ஆதர வாகிய தங்கையானாள்; நமக்கு

ஆகக் கொழுந்தியும் மாமி யானாள்.

பெண்கள் அனைவரும் நமக்கு இன்பந் தரும் நிலையில் இருக்கின்றனர். இவர்கள் எல்லாம் சக்தியின் வடிவமே என்று கூறிற்று இப்பாடல்.

பெண்கள்தான் படைப்புச் சக்தி; பெண்கள் இல்லா விட்டால் ஆணும் இல்லை; உலகப் படைப்பும் இல்லை என்று மற்றொரு பாட்டில் சொல்லப்படுகிறது.

மண்ணும்இல் லாமலே விண்ணும்இல்லை; கொஞ்சம்

வாசம்இல் லாமலே பூவும் இல்லை;

பெண்ணும் இல்லாமலே ஆணும் இல்லை; அது

பேணிப் பாரடி வாலைப் பெண்ணே!

என்பதே அப்பாடல். ஐம்பூதங்களுக்கும் ஆதரவாய் நிற்பது நிலம்தான். நிலம் இன்றேல் வானம் முதலிய பூதங்கள் இல்லை; வாசனையில்லாத பூவும் இல்லை. பூவும் வாசனையும் ஒன்று தான். பெண் இல்லாமல் ஆண் இல்லை; பெண்ணும் ஆணும் இல்லாமல் உலக உற்பத்தி இல்லை. இதை நீ நன்றாக ஆராய்ந்து பார், வாலைப் பெண்ணே என்று உலகம் பெண்ணால்தான் என்று உரைத்தது.

மக்கள் கடமை

நோயற்ற உடம்பைப் பெற்று வாழும் மக்கள் இவ்வுலகத்தில் பலர்க்கும் உதவவேண்டும்; துன்பப்படுகின்ற மக்களின்

துயரங்களைப் போக்க வேண்டும்; ஏழை எளியவர்களிடம் இரக்கங் காட்ட வேண்டும்; அவர்களுக்கு எத்தகைய துன்பங்களும் இழைக்காமல் வாழவேண்டும்; தந்நலம் ஒன்றை மட்டும் குறியாகக் கொண்டு வாழ்வது மனிதத் தன்மையாகாது. இந்த அறவுரைகளையும் வாலைக் கும்மி பாடுகிறது.

ஏழை அனாதிகள் இல்லைஎன்றால், அவர்க்கு
இருந்தால் அன்னம் கொடுக்க வேண்டும்;
நாளை என்று சொல்லல் ஆகாதே; என்று
நான்மறை வேதம் முழங்குதடி

ஏழைகளும், ஆதரவற்றவர்களும், வயிற்றுக்கு ஒன்றும் இல்லை என்று கூறினால், அவர்களுக்கு உணவு கொடுக்க வேண்டும். நாளைக்கு வாருங்கள் என்று சொன்னால் அவர்கள் பசி அடங்காது. இவ்வாறு அறங்கூறும் வேதங்கள் முழங்குகின்றன.

பஞ்சைப் பனாதியை அடிக்காதே, அந்தப்
பாவம் தொலைய முடியாதே;
தஞ்சம் என்றோரைக் கெடுக்காதே; யார்க்கும்
வஞ்சனை செய்ய நினைக்காதே.

எளியாரை அடித்துத் துன்புறுத்தாதே; அடித்துத் துன்புறுத்து வதனால் வரும் பாவம், என்ன பரிகாரம் செய்தாலும் போகாது. உன்னைத் தஞ்சமாக அடைந்தவர்க்குத் தீங்கு செய்யாதே; யாருக்கும் வஞ்சனை செய்ய வேண்டும் என்று மனத்திலும் நினைக்காதே.

வழக் கழிவுகள் சொல்லாதே; கற்பு
மங்கையர் மேல்மனம் வையாதே;

பழக்க வாசியைப் பார்த்துக்கொண்டு வாலை
பாதத்தைப் போற்றடி வாலைப்பெண்ணே!

பொய் வழக்குகள்- அநியாய வழக்குகள்- பேசாதே; கற்புள்ள பெண்களின் கற்பை அழிக்க விரும்பாதே; பழக்கமாக மூச்சுப் பயிற்சியை- யோகப் பயிற்சியை- விடாமல் பார்த்துக்கொள். வாலையின் பாதத்தை மறவாதிருப்பாயாக.

இவ்வாறு மக்கள் கடமையை வலியுறுத்துகிறது வாலைக் கும்மி.

சாதி மத பேதம் இல்லை

சாதிபேதம், மதபேதம் பாராட்டுவது அர்த்தம் அற்றது; மனித சாதி என்பது ஒன்றுதான். ஒரு சாதிதான்- ஒரு இனந்தான்- பல்வேறு பிரிவு போலக் காட்சியளிக்கின்றது. இவ்வுண்மையை உணராதவர்களே சாதிபேதம் பாராட்டுவர். தெய்வம் பல என்பது பொய்; ஒரே தெய்வந்தான் உண்டு. ஆதலால் தெய்வங்களின் பெயரால் சண்டைகள் வேண்டாம், மதப் பிரிவினைகள் வேண்டாம் என்று பாடுகிறது வாலைக் கும்மி. இதனை,

சாதி பேதம் சொல்லுகிறீர், தெய்வம்
தான்என்பது ஒன்றுடன் பேதம் உண்டோ!
ஓதிய பால்அதில் ஒன்றாகி அதில்
உற்பத்தி நெய்தயிர் மோராச்சு

என்ற பாடலால் காணலாம். சாதிபேதம் சொல்லுகின்றீர்கள். சாதிபேதம் சொல்வது கூடாது. தெய்வம் ஒன்று தான். சாதியில் பேதம் இல்லாதது போலவே தெய்வத்திலும் பேதம் இல்லை. இதற்கோர் உதாரணம் பாருங்கள்; பால் ஒன்று தான்.

அதிலிருந்து நெய், தயிர், மோர் உற்பத்தியாகின்றன. நெய் பிறப்பது ஒரு பால், தயிர் உண்டாவது ஒரு பால், மோர் தோன்றுவது ஒரு பால் என்று பாலில் வேறுபாடில்லை. இதுபோல் ஒரே மனித சாதிதான் பல்வேறு உருவில் காணப்படுகின்றது. ஒரே தெய்வம் தான் பல்வேறு தெய்வங்களாகக் காணப்படுகிறது. இந்த உண்மையை உணர்ந்து ஒன்றுபட்டு வாழுங்கள் என்ற பொருளைக் கொண்டது தான் மேலே காட்டிய பாடல்.

இவ்வாறு மக்கள் மகிழ்ந்து வாழ்வதற்கான உண்மைகளை- சித்தர் கொள்கைகளை- வாலைக் கும்மியிலே காணலாம். உடம்பு உண்மை; அதைக் காப்பாற்ற வேண்டும். பாதுகாக்கும் வழி, பெண்ணின் பெருமை, மக்கள் கடமை, மக்கள் அனைவரும் ஒரே இனம் என்ற சித்தர் கொள்கைகளைச் சுருக்கமாக வாலைக் கும்மியின் ஆசிரியர் பாடியிருக்கின்றார். கொங்கணச் சித்தர் கொள்கைகளை அறிய வாலைக் கும்மி நமக்குத் துணை செய்கின்றது.

12. வால்மீகர் ஞானம்

வால்மீகரும் ஒரு சித்தராகக் கருதப்படுகிறார். பழங் காலத்துப் பதினெட்டுச் சித்தர்களிலே இவரும் ஒருவர். ஆதி காவியமாகிய ராமாயணம் பாடிய வான்மீகரும், தமிழகத்தில் சித்தராகப் போற்றப்படும் வான்மீகரும் ஒருவரா? வெவ்வேறு முனிவர்களா? என்பது ஆராய்ச்சிக்குரிய விஷயம்.

தமிழிலே வான்மீகர் பெயரால் வழங்கும் வைத்திய நூல்கள் பல உண்டு. தமிழ்ப் புலவர்களிலே வான்மீகியார் என இருவர் இருந்தனர். முதற் சங்கப் புலவர்களிலே வான்மீகியார் என்பவர் ஒருவர். முதற் சங்கத்திலிருந்த புலவரை வான்மீகனார் என்றும் குறிப்பிடுவர்.

புறநானூற்றிலே உள்ள 358-வது பாடல் வான்மீகியார் என்பவர் பாடியதாகக் காணப்படுகின்றது. இப் பெயர் வான்மீகையார் எனவும் வழங்கும். புறநானூற்றுப் பாட்டு துறவறத்தையே சிறப்பித்துக் கூறுகிறது. துறவறத்தையும் இல்லறத்தையும் ஒப்பிட்டுப் பார்த்தால் துறவறம் உலகளவு பெரியது, இல்லறம் கடுகளவு சிறிது என்ற கருத்து இப்பாடலில் காணப்படுகின்றது. ஆகவே புறநானூற்றுப் பாடலின் ஆசிரியர் வான்மீகியார் ஒரு முனிவராகவே- துறவியாகவே- இருக்க வேண்டும் என்று கருத இடம் உண்டு.

இராமாயணம் பாடிய வால்மீகி முனிவர், முதற் சங்கப் புலவராயிருந்த வான்மீகியார், புறநானூற்றுப் பாடல் ஆசிரியராகிய வான்மீகியார், சித்தர்களில் ஒருவராகக் கொள்ளப்படும் வான்மீகியார்- இவர்கள் ஒரே பரம்பரையைச் சேர்ந்தவராக இருக்கலாம். ஆகவே, ராமாயணம் பாடிய

வான்மீகியார் பரம்பரையில் தோன்றிய ஒரு அறிஞர் தான் வான்மீகியார் என்னும் சித்தர் என்று கொள்வதில் தவறில்லை. வான்மீகியார் பரம்பரையினர் தமிழகத்தில் குடியேறி வாழ்ந்திருக்கவேண்டும். சித்தர் கூட்டத்தைச் சேர்ந்த இந்த வான்மீகியார் வாழ்ந்த காலம் எது என்று கூறமுடியாது.

அறிவுரைகள்

வான்மீகர் ஞானம் என்ற நூலில் பதினாறு பாடல்கள் தாம் இருக்கின்றன. அவைகள் மக்களுக்கு அறிவுரை கூறும் பாடல்கள்.

இவ்வுலகத்திலே பொய்யாக நடிப்போர் பலர் உண்டு. அவர்கள் தம்மைத் தாமே புகழ்ந்து கொள்ளுவார்கள்; தெய்வத்தைக் கண்டோம் என்று செல்லுவார்கள். இவர்கள் மக்கள் படிக்கும் பாஷையிலே, நாலு வேதம், ஆறு சாத்திரம், பதினெட்டுப் புராணங்கள் பாடி வைத்தனர். இவர்களால் தான் மக்களிடையிலே சாதிபேதங்கள் தலைவிரித்தாடுகின்றன. ஆதலால் அவைகளை நம்பவேண்டாம் என்று அறிவுறுத்தி யிருக்கின்றார்.

நில்லென்ற பெரியோர்கள் பாஷையாலே
நீடுலகம் தன்னுள்ளே நாலுவேதம்,
வல்லமையாய்ச் சாத்திரங்கள் இருமூன்றாக
வயிறுபிழை புராணங்கள் பதினெட்டாக,
கல்லுகளைக் கரைப்பதுபோல் வேதாந்தங்கள்
காட்டினார் அவரவர்கள் பாஷையாலே;
தொல்லுலகில் நால்சாதி, அநேகம்சாதி
தொடுத்தார்கள், அவரவர்கள் பிழைக்கத்தானே.

இப்பாட்டு வேத சாத்திர புராணங்களையும், உலகம் நிலையற்றது என்று பேசும் வேதாந்தங்களையும், மனிதர்க்குள் சாதி வேற்றுமை பாராட்டுவதையும் கண்டிக்கின்றது.

நல்வழியிலே நில் என்று உபதேசிக்கும் பெரியோர்கள் தாமறிந்த மொழியிலே, நான்கு வேதங்கள் என்றும், ஆறு சாத்திரங்கள் என்றும், பதினெட்டுப் புராணங்கள் என்றும் எழுதி வைத்தார்கள். இவைகள், அவர்களும், அவர்கள் பரம்பரையினரும் வயிறு பிழைக்க- வயிறு வளர்க்க- செய்த வேலையாகும். கல்விக் கரைப்பது போல், மக்களின் உறுதியான மனத்தைக் கரைப்பதற்காகப் பல வேதாந்தங்களையும் சொல்லி வைத்தார்கள். இவைகளால், பழமையான இவ்வுலகிலே மனிதர்களிடையே நால்வகைச் சாதிகளையும், இன்னும் பல சாதிப் பிரிவுகளையும் ஏற்படுத்தி விட்டார்கள். இவைகள் தந்நலக்காரர்கள் தங்கள் வயிற்றுப் பிழைப்புக்காகச் செய்த வேலைகள். இவ்வாறு கூறியது மேலே காட்டிய பாடல்.

இந்த வேத புராணங்களை நம்பினவர்களிலே சிலர் உண்மையறியாமல் வீண்வேடம் பூண்பர்; பொய் பேசுவர்; உண்மை காணாமல் அலைந்து திரிவார்கள். இவ்வுண்மையை எடுத்துக் கூறுகிறது மற்றொரு பாட்டு.

தான்என்ற உலகத்தில் சிறிதுபேர்கள்
சடைபுலித்தோல் காஷாயம் வடங்கள்பூண்டு
ஊன்என்ற உடம்பெல்லாம் சாம்பல்பூசி
உலகத்தில் யோகிஎன்பார்; ஞானிஎன்பார்;
தேன்என்ற சிவபூசை, தீட்சைஎன்பார்;
திருமாலைக் கண்ணாலே கண்டோம்என்பார்;
கான்என்ற காட்டுக்குள் அலைவார்தேடி,

காரணத்தை அறியாமல் கதறுவாரே.

ஆணவம் பிடித்த இவ்வுலகிலே சிலபேர்கள் சடை வளர்த்து, புலித்தோல் சுமந்து, காவித் துணி தரித்து, உருத்திராக்க மாலைகள் தாங்கித் திரிவார்கள். மாமிசப் பிண்டம் என்று வெறுத்த தமது உடம்பில் சாம்பலைப் பூசியிருப்பார்கள்; இவ்வுலகில் நாங்கள் தாம் சிவயோகிகள், சிவஞானிகள் என்று சொல்லிக் கொள்ளுவார்கள்; சிவபூசை செய்கின்றோம். சிவதீட்சை செய்து வைப்போம் என்பார்கள்; திருமாலாகிய கடவுளைக் கண்ணால் கண்டோம் என்பார்கள். உண்மைக் காரணத்தை அறியாமல் இவர்கள் இப்படிக் கதறித் திரிவார்கள். இதற்குக் காரணம், பொய்ந்நூல்களால் இவர்கள் அறிவு மழுங்கியதே யாகும்.

இவ்வாறு புராணங்களால் ஏற்படும் மாயங்களை எடுத்துரைத்தது இப்பாடல். இவ்வாறு வேடதாரிகள் தோன்றுவதற்கும், அவர்கள் மக்களை மூடநெறியிலே செலுத்துவதற்கும் துணை செய்வன வேத சாத்திர புராணங்கள்தாம் என்பதே சித்தர்களின் கருத்து.

இத்தகைய வேடதாரிகளின் பேச்சிலும் ஏமாற வேண்டாம்; பொய்ந் நூல்களையும் நம்ப வேண்டாம் என்று கூறிய வான்மீகர், உண்மை நெறி காணும் வழியையும் காட்டியிருக்கின்றார்.

மூச்சைத் தன்வசப்படுத்தி யோகநிலையில் வாழத் தெரியாதவர்கள் வெறும் சண்டிகள். வீண் வார்த்தைகளால் பிறரை மயங்கச் செய்வார்கள். சுழுமுனையில் நின்று- நடுநாடியிலே உயிர்ப்பை நிலைத்து நிறக்ச் செய்து- மூக்கின் நுனியை நோக்கியிருந்து, புருவ மத்தியிலே சிவ ஒளியைக் காண்பவர்களே தெய்வத் தன்மை பெறுவார்கள்; அழியாமல் வாழ்வார்கள். அவர்களே, நான்முகன், திருமால், சிவன்

என்னும் மும்மூர்த்தியும் சேர்ந்த ஒரு மூர்த்தியாக நிற்பர்; படைத்துக் காத்து அழிக்கும் ஆற்றல் பெற்றிருப்பர். ஆதலால் யோக மார்க்கத்தில் நின்று சித்தி பெறுங்கள் நரை திரை மூப்பற்ற நல்வாழ்வைப் பெறுங்கள் என்று பாடியிருக்கிறார். இதனை,

வாசிதனை அறியாத சண்டி மாக்கள்
வார்த்தையினால் மருட்டி வைப்பார்;
நாசிநுனி தனிநடுவில் சிவத்தைக் கண்டோர்,
நான்முகனும், திருமாலும் சிவனும்தாமே

என்ற பாடலால் காணலாம். இதனை மேலும் வலியுறுத்துகின்ற பாடலும் உண்டு.

காணரிது எவராலும் இரு சுவாசம்;
காண்பவனே சிவசித்தன்; அவனே யாகும்

என்பதே அப்பாடல்.

உள்ளும் புறமும் ஓடிக்கொண்டிருக்கும் சுவாச நிலையை-அதைக் கட்டுப்படுத்துவதனால் வரும் இன்ப நிலையை-எவராலும் கண்டறிய முடியாது; அந்த உண்மையைக் கண்டறிந்து அனுபவிப்பவனே சிவசித்தன் ஆவான் என்று உரைத்தது இப்பாடல்.

வான்மீகர் ஞானம் என்னும் நூல் பதினாறு பாடல்களைக் கொண்ட சிறுநூல்தான். அதிலே புராணப் புனைந்துரைகளால் மக்களுக்குள் பிரிவினைகளும் பிளவுகளும் தோன்றின என்னும் உண்மை எடுத்துக் காட்டப்பட்டிருக்கின்றது. வேடதாரிகள் பலர் அவைகளை ஆதரவாக வைத்துக் கொண்டு மக்கள் சமுதாயத்தை ஏமாற்றுகிறார்கள் என்று

கூறப்பட்டிருக்கின்றது. யோக மார்க்கத்தால் மக்கள் உண்மையுணர்ந்து மகிழ்ச்சியுடன் வாழ முடியும் என்று வாழ்வுக்கு வழியும் காட்டப்பட்டிருக்கின்றது. சித்த மார்க்கத்தைக் கூறும் நூல்களிலே இந்த வான்மீகர் ஞானமும் சிறந்த ஒன்றாகும் என்பதில் ஐயம் இல்லை.

13. காகபுசுண்டர் பாடல்கள்

காகபுசுண்டர் வரலாறு

புசுண்டர் என்பவர் ஒரு முனிவர்; சித்தர்களுள் ஒருவர். இவர் காக்கை உருவில் பல இடங்களிலும் சுற்றியலைந்தார்; பல உண்மைகளைக் கண்டறிந்தார் என்பது இவரைப் பற்றிய வரலாறு.

இவர் தமிழ்நாட்டில் பிறந்த தமிழராக இருக்கலாம்; இவர் உருவம் கருமையாக இருக்கலாம்; எதையும் கூர்ந்து பார்த்து உண்மை காணும் தன்மையுள்ளவராயிருக்கலாம்; உண்மை களைக் காணப் பலவிடங்களிலும் அலைந்து திரிந்தவராயிருக்கலாம். இக்காரணங் கொண்டு இவரைக் காகபுசுண்டர் என்று அழைத்தனர் என்று ஊகிக்க இடம் உண்டு.

இவருடைய பாடல்களில், நான் காக்கை உருவில் இருந்தேன் என்று பாடுகின்றார்.

காணாத காட்சிஎலாம் கண்ணில் கண்டு
காகமடா புசுண்டர் என்று பேரும் பெற்றேன்

என்றும்,

காகம்என்றரூ பமாய் இருந்து கொண்டு
காரணங்கள் அத்தனையுமே கருவாய்ப் பார்த்து

வேகமுடன் வெளியோட்ட நிலையாய்ப் பார்க்க
வெகுதூரம் சுற்றிஇன்னும் விபரம் காணேன்

என்றும் காக புசுண்டர் ஞானத்தில் காணப்படுகின்றன. இவைகளைக் கொண்டு இவர் காக்கை உருவினர் என்பது உண்மை தான் என்று உரைப்போர் உண்டு. இப்பாடல்களும், இவர் உருவிலும், தன்மையிலும் காக்கை போன்றவர்; ஆதலால் காகபுசுண்டர் என்று பெயர் பெற்றார் என்று பொருள் கொள்ளக் கூடியனவே என்பதில் ஐயம் இல்லை.

காகபுசுண்டர் பெயரால் வைத்திய நூல்கள் பல வழங்கு கின்றன. புசுண்டர் நாடி என்ற சோதிட நூல் ஒன்று உண்டு.

காகபுசுண்டர் ஞானம் எண்பது; காகபுசுண்டர் உபநிடதம் முப்பத்தொன்று; காகபுசுண்டர் காவியம் முப்பத்து மூன்று; காகபுசுண்டர் குறள் பதினாறு- என்னும் நூல்கள் இவருடைய வேதாந்தக் கருத்தை விளக்குகின்றன. சங்கரர் கொள்கையாகிய வேதாந்தத் தத்துவமே காகபுசுண்டரின் ஞானப்பாடல்களில் கூறப்படுகின்றது. ஆதலால், காகபுசுண்டர் பெயரால் வழங்கும் ஞானநூல்கள் சங்கரருக்குப்பின் எழுதப்பட்டவைகளாகவே யிருக்கவேண்டும். இப்படி ஊகிக்க இடம் உண்டு.

புராணப் பொய்கள்

இவ்வுலகில் உள்ள மக்களிலே பலர் உண்மை உணராமல் அலைகின்றனர். அவர்கள் தம்மையறிய மாட்டார்கள்; மவுன சமாதியிலிருப்பதே இன்பம் என்பதைக் காணமாட்டார்கள்; மிகுந்த அறிவு படைத்தவர்களைப் போல்- அறிவிலே வல்லவர்களைப் போல- நடிப்பார்கள்; தங்களுடைய புராணங்கள், காவியங்கள், மந்திரங்கள் எண்ணற்றவை- கோடானு கோடியாக இருக்கின்றன என்று சொல்லிப்

பெருமையடித்துக் கொள்ளுவார்கள்; கோயில் என்றும், தீர்த்தம் என்றும் சொல்லிக் கொண்டு தலயாத்திரை போவார்கள்; தீர்த்த யாத்திரை போவார்கள். இவைகளால் பயன் இல்லை என்று தெரிந்தும் இக்காரியங்களைச் செய்வார்களாயின், இவர்கள் திருடர்களாக இருக்க வேண்டும்; அறியாமல் அலைவார்களானால் இவர்கள் மட்டைகளாய்- அதாவது மூடர்களாகத்தான் இருக்க வேண்டும். உலகத் துன்பத்தை வென்று இன்புறக்கூடிய பிரம நிலையை அறியாமல், இவர்கள் வேர் அற்ற மரம் போல் விழுந்து அழிவார்கள். இதனை நீ பார்த்துத் தெரிந்து கொள். இவ்வாறு, புராண நம்பிக்கையாளர்களின் தன்மைகளைக் காகபுசுண்டர் ஞானப்பாடல் ஒன்று விளக்கியிருக்கின்றது.

நில்என்றால் உலகத்தில் மனிதர் தாமும்

நிட்டையுடன் சமாதியுமே பொருந்தாமல் தான்

வல்லவர் போல்தங்கள் புராண காவியங்கள்

மந்திரங்கள் கோடானும் கோடி என்றும்,

சொல்லுவார்; கோவில்என்றும், தீர்த்தம் என்றும்

திருடர்கள்தாம் அலைந்து அலைந்து திரிவார்; மட்டை;

வெல்வதொரு பிரமநிலை அறியாமல் தான்

வேர்அற்ற மரம்போலே விழுவார் பாரே.

இதுவே மேலேகூறிய பொருள் அமைந்த பாடலாகும், பொய்ந் நூல்களை நம்புகின்றவன் உண்மைநெறி காணமாட்டான்; தீயவழிகளிலே சென்று துன்புறுவான் என்று மேலும் எடுத்துக்காட்டுகிறது காகபுசுண்டர் ஞானம்.

தானே பிரமம் என்ற உண்மையை உணர மாட்டான்; இவ்வுலகிலே பற்பல தெய்வங்கள் - எண்ணற்ற தெய்வங்கள்- உண்டென்பான்; உடம்பு நலம்பெற வழி காட்டும் குருவென்றும், சீடனென்றும் அலைவான். இவன் அறிவு

தோன்றும் இடத்தை அறியாத, கெட்டமாடு போன்றவன். அறத்தை மீறியவை என்று சொல்லப்படும் பொய், கொலை, களவு போன்ற தீய செயல்களைச் செய்வான்; வேசையர்கள் மேல் ஆசை கொண்டு அவர்கள் பின்னே அலைவான்; வாழ்நாளை வீணாக்குவான்; தலைவன் என்னும் அறிவான குருவின் பாதத்தை அடைய மாட்டான்; தீமைகளுடன் சேர்ந்திருப்பான், நரகம் என்னும் துன்பத்திலேயே விழுந்து தவித்துக் கொண்டிருப்பான். இவ் வுண்மையையும் நீ ஆராய்ந்து தெரிந்து கொள். இதுவே காகபுசுண்டர் ஞானத்தில் உள்ள மற்றொரு பாட்டில் அமைந்திருக்கும் பொருள். அப்பாடல் கீழ்வருவது;

தான் என்ற பிரமத்தை அடுத்திடாமல்
தாரணியில் அனந்தமடா தெய்வம் என்றும்
ஊன்என்ற குருவென்றும் சீடன் என்றும்
உதயகிரி பாராத உலுத்த மாடி;
வேன்என்ற பொய்களவு கொலைகள் செய்து
வேசையர்மேல் ஆசைவைத்து வீணன் ஆகிக்
கோன்என்ற குருபாதம் அடைய மாட்டான்;
கூடுவான்; நரகம் அதில் வீழ்வான் பாரே!

இப்பாட்டு, உண்மைநெறியை உணராதவன் அடையும் நிலையை எடுத்துரைத்தது.

பொய்க் குருமார்கள்

குருமார்கள்- புரோகிதர்கள்- என்பவர்கள் வெறும் வேஷதாரிகள்; அவர்கள் உண்மையான பிரமத்தை அறிந்தவர்கள் அல்லர். அவர்கள் இரகசியங்களை அறிவிக்கும் வேதங்களை யெல்லாம் படித்திருக்கலாம்; ஆனால் ஊன்றிப் பார்த்து உண்மையைக் கண்டறிந்தவர்கள் அல்லர். அவர்கள்

தமக்கு எதிராக- தம் கொள்கைகளுக்கு மாறாகப் பேசுகின்ற பெரியோர்களைப் பழித்துப் பேசுவார்கள்; நமக்குத் தான் உண்மை தெரியும் என்ற ஆணவத்துடன் அறிஞர்களைப் பற்றி வசைபாடுவார்கள்; பெரிய வேடம் பூண்பார்கள்; பிறர் கண்டு அஞ்சத்தக்க, மயங்கத்தக்கபடி விரிவான வேடம் பூண்பர்; காவியுடை அணிவார்கள். வீண் ஆடம்பரத்துடன் நாயைப் போல் குரைத்துத் திரிவார்கள்; உண்மையாக இல்லாமல்- உண்மையான தவத்துக்கு உதவுவதாக இல்லாமல்- வீணாக யோகதண்டம் என்னும் முக்கோலை ஏந்தித் திரிவார்கள்; காலிலே பாதக் குறட்டையும் மாட்டிக் கொண்டு நடந்து அலைவார்கள். என்று குருமார்களைப்பற்றிக் கூறுகின்றது காகபுசுண்டர் ஞானப்பாடல் ஒன்று.

குறியென்ற உலகத்தில் குருக்கள் வானும்
கொடியமறை வேதம்எலாம் கூர்ந்து பார்த்து
அறியாமல் பிரமத்தைப் பாராமல்தான்
அகந்தையாய்ப் பெரியோரை அழும்பு பேசி
விரிவான வேடம்இட்டுக் காவி பூண்டு
வெறும்பிலுக்காய் அலைந்திடுவான் நாயைப் போலே
பரியாச மாகவுதான் தண்டும் ஏந்திப்
பார்தனிலே குறடுஇட்டு நடப்பான் பாரே.

இப்பாடல், குருமார் வேடம் பூண்ட ஒருவன் செயலை எடுத்துக்காட்டிற்று. மேலும்,

பாரப்பா சீடர்களை அழைப்பான் பாவி
பணம்பறிக்க உபதேசம் பகர்வோம் என்பான்

என்று குருமார்களின் வஞ்சத்தை எடுத்துக் கூறிற்று.

சாதிவேற்றுமை யில்லை

சாதிமத வேற்றுமையை வளர்ப்பவர்கள் குருமார்கள். உண்மையான அறிவாளிகள் சாதிமத வேற்றுமை பாராட்ட மாட்டார்கள். அறிஞர் குழுவைச் சேர்ந்த சித்தர்கள் யாரும் சாதிமத வேற்றுமைகளைப் பாராட்டவில்லை. சாதிமத வேற்றுமைகளைச் சித்தர்களின் பாடல்கள் பலமாகத் தாக்குகின்றன. இக் கண்டனத்தைக் காகபுசுண்டர் பாடலிலும் காணலாம்.

காண் அப்பா சாதி, குலம் எங்கட் கில்லை:
கருத்துடனே என்குலம் சுக்கிலந்தான் மைந்தா!
தோணப்பா தோணாமல் சாதி பேதம்
சொல்லுவான் சுருக்காகச் சுருண்டு போறான்;
வீணப்பா பிரமத்தில் ஆதி காலம்
வீரமுடன் பிறந்ததடா உயிர்கள் எல்லாம்
நானப்பா அப்படியே உதித்தேன் முன்னே
நன்றாக உதித்த இடம் நாடினேனே

என்பதே அப்பாடல். ஆராய்ந்து காண்பாயாக. சாதி வேற்றுமை, குல வேற்றுமை சித்தர்களாகிய எங்களுக்கு இல்லை; எல்லாம் ஒன்றென்பதே எங்கள் கொள்கை. ஆராய்ந்து பார்த்தால், என் குலம் அதாவது பிறப்பிடம் சுக்கிலந்தான்; விந்துதான். விந்து- சுக்கிலம்- என்பதில்லா விட்டால் நான் எப்படிப் பிறந்திருக்க முடியும்? அறிவுள்ளவனே, கேட்பாயாக! அறிவில்லாமல் சாதி பேதம் உண்டென்று சொல்லுகின்றவன் விரைவில் அழிந்து போய்விடுவான். வீணாக அறியாமலிருக்கின்ற பிரமத்திலிருந்து தான் ஆதிகாலத்தில் எல்லாவுயிர்களும் பிறந்தன. நானும் அப்படித்தான்- முதலில் பிரமத்திலிருந்து தான் பிறந்தேன். இப்பொழுது நன்றாக நான் பிறந்த இடத்தை

அறிந்தேன். அந்த விடத்தைத் தேடிக் கண்டறிந்து கொண்டேன். இச்செய்தியையே மேலே காட்டிய பாடல் எடுத்துரைத்தது.

ஜீவான்மாவும் பரமான்மாவும் ஒன்றே

ஜீவான்மா வேறன்று, பரமான்மா வேறன்று; அதாவது உயிர் வேறன்று; இரண்டும் ஒன்றேதான். இதை உணர்வதுதான் உண்மை ஞானம். தன்னையும் பிரமத்தையும் ஒன்றாக அறிந்து சமாதி நிட்டையில் இருப்பதுதான் ஜீவன்முக்த நிலை என்று வேதாந்திகள் கூறுவர். இந்த நிலையைத்தான் சிதோகம் பாவனை என்பர். இக்கொள்கையைக் காகபுசுண்டர் ஞானப் பாடல்களிலே காணலாம்.

கூடுகின்ற ஆன்மாவே பரமான்மாவாம்

உடம்புடன் சேர்ந்திருக்கின்ற ஆன்மா என்பதுதான் பரமாத்மா என்பது. இந்த ஆன்மாவைத் தவிர பரமாத்மா என்பது வேறு தனியாக இல்லை என்ற உண்மையை எடுத்துக் காட்டிற்று இந்த அடி.

கண்டுபார மூடம்எனும் அஞ்ஞானிக்குக்
காணாது ஜீவன்மா பரமான்மாவும்.

அறியாமையே உருவாகக் கொண்ட அஞ்ஞானிக்கு ஜீவான்மாவும், பரமான்மாவும் ஒன்றுதான் என்ற உண்மை தெரியாது. இவை இரண்டும் ஒன்றுதான் என்ற உண்மையை நீ உணர்ந்து பார் என்று மேலும் ஏகான்மவாதக் கொள்கையை வலியுறுத்திற்று.

அந்தப் பரமான்மா இருக்கும் இடம் எது என்பதையும் தெளிவாகக் கூறுகிறார் புகண்டர். பரமான்மா என்பது சூட்சுமப் பொருள்; அதாவது கண்ணால் காண முடியாத பொருள். அதைத் தூலப் பொருளில்தான்- அதாவது கண்ணுக்குத் தெரியும் பொருளில்தான் காண முடியும். ஆதலால் பரமான்மாவைக் காண வேண்டுமானால் உன் உடம்பிலேயே நீ கண்டுகொள் என்று கூறுகிறார். இவ்வுண்மையை உதாரணங்களுடன் விளக்கு கிறார். இதனை,

வேணும்என்றால் எள்ளுக்குள் எண்ணெய் போலும்
வித்தினிடம் அடங்கிநின்ற விருட்சம் போலும்
காணுகின்ற பூவில்உறை வாசம் போலும்
கன்றுஆவின் பாலிலே நெய்யைப் போலும்
தோணுமயில் முட்டையின்மேல் வர்ணம் போலும்
தூலம்அதில் சூட்சுமம்தான் துலங்கிநிற்கும்
ஆணுவத்தால் சாதனத்தை மறந்தா யானால்
அபரோட்ச ஞானம், முத்தி அரிதுதானே

என்ற பாடலால் காணலாம், உண்மையைக் காண வேண்டும் என்றால் நான் கூறுவதை ஆராய்ந்து பார். எள்ளுக்குள் எண்ணெய் அடங்கியிருக்கின்றது; வித்தினுள், முளைத்துப் பெரிய மரமாகும் விருட்சம் அடங்கியிருக்கின்றது; நாம் கண்ணால் காணும் பூவில் வாசனை கலந்திருக்கின்றது; கன்றுள்ள பசுவின் பாலிலே நெய் கலந்திருக்கின்றது; காணப்படும் மயில் முட்டையின்மேல் பல நிறம் ஒன்றிநிற்கின்றது. இவைகளைப் போலவே தான் உன்னுடைய உடம்பிலேயே தான்- தூலம் என்று சொல்லப் படும் தேகத்தில் தான் - சூட்சுமம் என்று சொல்லப்படும் பரமான்மாவும் அடங்கியிருக்கின்றது. அகங்காரம் காரணமாக இதை மறந்து- இதைக் கண்டறிவதற்கான சாதனத்தையும் மறந்து விடுவாயானால், அபரோட்ச ஞானம் உனக்குக்

கிட்டாது; அதாவது பரமாத்மாவுடன் ஒன்றுபடும் அறிவு உனக்கு இல்லை. உனக்கு முத்தி என்று சொல்லப்படும் விடுதலையும் இல்லை. இதுவே மேலே காட்டிய பாடலின் பொருள்.

மேலே காட்டிய பாடல்கள் காகபுசுண்டர் உபநிடதம் முப்பத்தொன்றில் உள்ளவை. ஜீவாத்மாவும், பரமாத்மாவும் ஒன்றேதான். அந்த ஒன்றாகிய பிரமம் உடலுள்தான் அமைந்திருக்கின்றது. ஆதலால், உடம்பைக் காப்பது தான்- பாதுகாப்பது தான்- உய்யும் வழி. இந்த உண்மையை- சித்தர்களின் தத்துவமான இந்த உண்மையைக் காகபுசுண்டர் ஞானப்பாடல்களும் கூறின.

14. சிவவாக்கியர்

சிவவாக்கியர் வரலாறு

சித்தர்கள் கூட்டத்திலே சிவவாக்கியர் என்பவர் ஒருவர். இவருடைய பாடல்கள் சிவவாக்கியர் பாடல் என்ற பெயரிலே வழங்குகின்றன. சிவவாக்கியர் பாடல்கள் ஞானக்கோவை என்ற தொகுப்பிலே முதலில் அமைந்திருக்கின்றன. இன்றுள்ள பாடல்கள் ஐந்நூறுதான்.

சிவவாக்கியர் பாடல்கள் முழுவதும் சந்தப் பாடல்களாக அமைந்திருக்கின்றன. அப்பாடல்களின் நடை தட்டுத் தடங்கல்கள் இல்லாமல் துள்ளித் துள்ளி ஓடுகின்றது. சொற்கள் தாராளமாக வந்து விழுந்திருக்கின்றன. படிக்கப் படிக்கச் சுவைதரும் பாடல்கள்.

சிவவாக்கியரைப் பற்றி ஒரு கதை வழங்குகின்றது. இவர் முதலில் நாத்திகராக இருந்தார்; பிறகு சைவராக மாறிச் சிவவாக்கியராக ஆனார். அதன் பிறகு வீர வைணவராக மாறித் திருமழிசை ஆழ்வாரானார். இதுதான் இவரைப் பற்றி வழங்கும் கதை.

சிவவாக்கியர் பாடல்களும், திருமழிசை ஆழ்வார் பாடல் களும் சந்தத்தில் ஓரளவு ஒத்துவருகின்றன. இதை வைத்துக் கொண்டுதான் இக்கதை பிறந்திருக்கும் என்று கருதலாம். இக்கதை உண்மை என்பதற்கான சரித்திர ஆதரவு வேறு எதுவும் கிடைக்கவில்லை.

சிவவாக்கியர் காலத்தை கி.பி. பத்தாம் நூற்றாண்டு என்று கருதுகின்றனர். ஆனால் அவருடைய பாடல் போக்கைப் பார்க்கும்போது இக்காலம் சரிதானா என்ற ஐயம் தோன்றாமல் போகாது.

தோஷம், தூரம், ஞானம், அண்டம், அகண்டம், சோதி, விருத்தர், பாலர், நாதர், தினம், செபம், சதா, நாமம், சாத்திரம், சத்தம், வித்து, சம்ப்ரதாயம், சீவன், ஏகபோகம், ஆதி, அநாதி போன்ற எண்ணற்ற வடசொற்கள் சிவவாக்கியர் பாடல்களிலே கலந்து காணப்படுகின்றன. அவர் உள்ளத்தில்தான் எண்ணிய விஷயத்தை விளங்கச் சொல்லவேண்டும் என்ற ஒரே கருத்துத் தான் காணப்படுகின்றது. தன் கருத்தை விளக்குவதற்கான சொற்கள் தமிழோ வடமொழியோ, எதுவானாலும் சரி- அவற்றைத் தாராளமாக அமைத்துப் பாடுகின்றார். சிவவாக்கியர் பாடல்களைப் படிப்போர், விஷயம் பெரிதே யன்றி- முதன்மை யானதே அல்லாமல்- மொழி முதன்மையானது அல்ல என்ற உண்மையை உணர்வார்கள்.

சிவவாக்கியர் பாடலிலே விக்கிரக ஆராதனத்தை மிக வன்மையாகக் கண்டிக்கிறார். சாதி வேற்றுமையை மிகவும் ஆணித்தரமாகக் கண்டிக்கிறார். இறைவன், மக்கள் மனத்தைத் தவிர வேறு எங்கும் இல்லை என்ற உண்மையை எடுத்துக் காட்டுகிறார். ஜீவாத்மாவும் பரமாத்மாவும் ஒன்றே என்பது அவர் கொள்கை.

சாதி ஆவது ஏதடா
சாதிபேதம் ஓதுகின்ற தன்மை என்ன தன்மை

என்று கேட்கிறார், சாதிவேற்றுமை பாராட்டுகின்றவனைப் பார்த்து.

பறைச்சி யாவது ஏதடா?
பனத்தி யாவது ஏதடா?

மணம் செய்துகொள்ளுவதற்குச் சாதிவேற்றுமை பார்க்கின்றவரைப் பார்த்து இப்படிக் கேட்கின்றார். பிடித்த பெண்ணை- இல்லறத்திற்கேற்ற பெண்ணை- மணம் செய்து கொள்ளாமல், பெண்ணின் சாதியை விசாரித்துக் கொண்டிருப் பதில் பொருள் இல்லை என்று கூறுகிறார்.

இத்தகைய புரட்சிகரமான கருத்துக்களையெல்லாம் சிவ வாக்கியர் பாடல்களிலே காணலாம். பெயர் சிவவாக்கியர் என்று இருந்தாலும் அவரிடம் மதவெறுப்பற்ற சமரசத் தன்மையையும் காண முடிகிறது.

சிவவாக்கியர், சிவ என்னும் சொல்லை வாக்கிலே உடையவர் ஆதலால் சிவவாக்கியர் என்று பெயர் பெற்றார். இவருடைய பாடல்களிலே சிவ என்னும் சொல்லை மிகுதியாகக் காணலாம். பல பாடல்களிலே இச்சொல்லை அமைத்துப் பாடியிருக்கிறார். இதனாலேயே இவருக்குப் பிறகாலத்தார்- இவருடைய பாடல்களைப் படித்தவர்கள்- சிவவாக்கியர் என்று பெயர் வைத்து அழைத்திருக்க வேண்டும்.

சமரச ஞானம்

சிவவாக்கியர், பெயரால் சிவபக்தர் போலக் காணப்பட்டாலும் அவருடைய பாடல்கள், அவர் ஒரு சமரசஞானி என்பதையே காட்டுகின்றன. ஒருகாலத்தில் தமிழகத்தில் மதச் சண்டை தலைதூக்கி நின்றது. கி.பி. ஏழாம் நூற்றாண்டில், சைவ வைணவ மதங்களுக்கும், சைன புத்த மதங்களுக்கும் போராட்டம். சுருங்கச் சொன்னால் வைதீக மதங்களுக்கும், வேதக் கொள்கைகளை எதிர்த்த மதங்களுக்கும் போராட்டம். இப் போராட்டம் தீர்ந்து கி.பி.

எட்டாம் நூற்றாண்டில் தமிழகத்தில் சைவமும் வைணவமும் நிலைத்து விட்டன; தழைத்தோங்கின.

இதன்பின் சைவமும் வைணவமுமே ஒன்றோடு ஒன்று சண்டை போடத் தொடங்கின. சைவர்கள், எங்கள் சிவ பெருமானே முழுமுதற் கடவுள் என்று கூறினர்; பாடினர்; புராணங்கள் எழுதினர். வைணவர்களும், எங்கள் திருமாலே முதற்கடவுள் என்று சொல்லினர்; பாடினர்; புராணங்கள் எழுதினர். இந்தச் சைவ வைணவச் சொற்போர் வளரத் தொடங்கிய காலம் கி.பி. ஒன்பதாம் நூற்றாண்டிற்குப் பின்னர் என்று கூறலாம்.

இக்காலத்திற்குப்பின் தோன்றிய தமிழ்நாட்டு அறிஞர்களிலே பலர் சைவ வைணவ சமரசத்திற்குப் பாடுபட்டனர். இரு கடவுளரும் ஒருவர்தாம் என்றெல்லாம் பாடினர்; சைவ வைணவ ஒற்றுமைக்கு அடிகோலினர். இத்தகைய சமரசஞானிகளுக்குள் சிவவாக்கியரும் ஒருவர் ஆவார். இவர் சைவ- வைணவ வெறுப்பற்றவர்; எல்லாத் தெய்வங்களும் ஒன்றே என்ற கருத்துள்ளவர். இவ்வுண்மையை இவருடைய பாடல்களிலே பார்க்கலாம்.

சிவவாக்கியர் பாடலில் இராமநாமத்தின் பெருமை சொல்லப்படுகின்றது. ராம! ராம! என்று செபித்துக் கொண்டிருந்தால் போதும்; வேறு எந்த பூசையோ, சந்தி, ஜெபதபங்களோ செய்ய வேண்டியதில்லை. எல்லா நன்மைகளும்- கிடைக்க வேண்டிய எல்லாப் பலன்களும்- இராமநாம உச்சரிப்பால் கிடைத்துவிடும் என்று உரைக்கின்றது ஒரு பாட்டு.

அந்தி, காலம், உச்சிமூன்றும்
ஆடுகின்ற தீர்த்தமும்,
சந்திதர்ப் பணங்களும்,

தபங்களும், செபங்களும்,
சிந்தைமேவு ஞானமும்
தினம்செபிக்கும் மந்திரம்
சிந்தை ராம! ராம! ராம!
ராம! என்னும் நாமமே.

இது இராமநாமத்தின் பெருமையைச் சொல்லும் சிவ வாக்கியர் பாட்டு.

அந்தி, காலை, நடுப்பகல் ஆகிய மூன்று வேளைகளிலும் புண்ணிய தீர்த்தங்களிலே புகுந்து ஆடுகின்ற பலன் இராமநாம உச்சரிப்பால் கிடைக்கும்.

சந்தியாவந்தனம், முனனோரை நோக்கிச் செய்யும் தர்ப்பணம், தவங்கள், செபங்கள் இவற்றால் கிடைக்கும் பயனும் இராமநாம உச்சரிப்பால் கிடைக்கும்.

உள்ளத்திலே வளரும் அறிவும் இராமநாமத்தால் மிகுந்த வளர்ச்சியடையும்.

ஆதலால் தினந்தோறும் உள்ளத்திலே அன்போடு உருப் போடும் மந்திரம் ராம! ராம! ராம! என்னும் திருப்பெயர்தான்.

இவ்வாறு இராமநாமத்தின் பெருமையை எடுத்துரைத்தார் சிவவாக்கியர்.

நன்மையும் செல்வமும் நாளும் நல்குமே!
தின்மையும் பாவமும் சிதைந்து தேயுமே!
சென்மமும் மரணமும் இன்றித் தீருமே!
இம்மையே ராமவென்று இரண் டெழுத்தினால்!

என்ற தனிச் செய்யுளின் கருத்தும், இச் சிவவாக்கியர் பாடலின் கருத்தும் ஒத்திருப்பதைக் காணலாம். இத் தனிப்பாடல் கம்ப ராமாயணத்தில் கம்பர் பாடியதாக அமைந்து கிடக்கின்றது. இது சிவவாக்கியர் பாடலின் வடித்தெடுத்த சாரமாகத் திகழ்வதை இதைப் படிப்போர் உணர்வர்.

இவ்வாறு ராமநாமத்தைப் புகழ்ந்து பாடிய- அதன் பெருமையைச் சொல்லிய- சிவவாக்கியர் சிவநாமத்தின் பெருமையைப் பற்றி உரைப்பதையும் காணுங்கள்.

சிவாயம்என்ற அட்சரம் சிவன்இருக்கும் அட்சரம்;
உபாயம் என்று நம்புவோர்க்கு உண்மையான அட்சரம்;
கபாடம்அற்ற வாசலைக் கடந்துபோன வாயுவை
உபாயம்இட்டு அழைக்குமே சிவாயம்அஞ்சு எழுத்துமே.

இது சிவநாமத்தின் பெருமையைச் சொல்லும் பாடல். நமசிவாய என்று சொல்லப்படும் எழுத்துக்களுக்குப் பஞ்சாட்சரம் என்று பெயர். இவைகள் சிவபெருமான் குடிகொண்டிருக்கும் எழுத்துக்கள்.

உண்மையில் நன்மை பெறுவதற்கான வழி, இவ்வெழுத்துக்களைச் செபிப்பதுதான் என்று நம்புவோர்க்கு உண்மையாகவே நன்மைகள் அனைத்தையும் அளிக்கும் எழுத்துக்கள்.

மூடியில்லாத- கதவு இல்லாத- வாசலாகிய மூக்குக்கு வெளியே சென்றுநின்ற காற்றை, முறைப்படி மீண்டும் உள்ளே இழுத்து நிறுத்தும் வல்லமை படைத்தது சிவாயநம என்ற ஐந்தெழுத்துமே ஆகும்.

இவ்வாறு யோகம் செய்வோர்க்குத் துணைசெய்வது- அதைக் கை கூடச் செய்வது- சிவாயநம என்னும் மந்திரமே என்று பாடியிருக்கின்றார்.

மேலே காட்டிய சிவவாக்கியர் பாடல்கள் இரண்டையும் கொண்டு அவருடைய உள்ளக் கருத்தை உணரலாம். சிவவாக்கியர், சைவம், வைணவம் என்ற பேதம் பாராட்டாதவர்; பெயர்கள் வெவ்வேறாயிருந்தாலும் அப்பெயர்களைக் கொண்ட பொருள் ஒன்றுதான் என்ற கருத்துள்ளவர் என்பதையும் உணரலாம்.

சிவவாக்கியர் மட்டும் அல்ல; பொதுவாகச் சித்தர்கள் அனைவரும் மத சமரசத்தையே வலியுறுத்தியிருக்கின்றனர். மூடநம்பிக்கைகளைப் பலமாகச் சாடும் அவர்களிடம் மத வெறுப்போ, அளவுகடந்த மத வெறியோ இருக்கவும் முடியாது. ஆதலால் சித்தர் அதாவது அறிஞர் என்ற பெயருக்கு ஏற்றாற் போலவே அவர்களுடைய பாடல்களும் அமைந்திருப்பதில் வியப்பில்லை.

மாண்டார் மீள்வரோ?

மக்களிடம் எத்தனையோ மூடநம்பிக்கைகள் உண்டு. அவற்றை ஒழிக்க அறிஞர்கள் என்றும் முயன்று வந்திருக் கின்றனர். முன்னோர்களிலும் பகுத்தறிவுவாதிகள் பலர் இருந்திருக்கின்றனர். அவர்கள் மக்களிடம் வளர்ந்துவரும் மூடநம்பிக்கைகளை ஒழிக்கப் பாடுபட்டுத்தான் வந்தனர்.

செத்தவரைப் பிழைக்கவைக்கலாம் என்ற ஒரு நம்பிக்கை மக்களிடம் குடிகொண்டிருந்தது. இது மூட நம்பிக்கை என்பதைப் புத்தர்கள் அறிவுறுத்தி வந்தனர். பௌத்த நூல்களிலே, இறந்தார் பிழைப்பதில்லை என்பதைப் பற்றிப் பல கதைகள் வழங்குகின்றன.

மாண்டவர் மீண்டும் வருவதில்லை என்பதை மறுக்கும் மதவாதிகள் ஒருவரும் இல்லை. எல்லா மதத்தினரும் இறந்தார் திரும்புவதில்லை என்பதை ஒப்புக் கொண்டிருக்கின்றனர்.

ஆண்டாண்டுதோறும் அழுது புரண்டாலும் மாண்டார் வருவரோ என்று பாடியும் வைத்திருக்கின்றனர். இருந்தும் மக்களிடம் இந்த நம்பிக்கை, அதாவது செத்தாரை உயிரோடு- அவருடைய பழைய உடலோடு மீண்டும் எழுப்பலாம்- என்ற நம்பிக்கை அடியோடு மறைந்துவிடவில்லை.

தமிழகத்திலே இராமலிங்க சுவாமிகளின் பக்தர்கள் சிலரிடம் இந்த நம்பிக்கை இன்னும் இருந்து வருகின்றது. அவர் சில செய்யுட்களிலே செத்தார் பிழைப்பர் என்று பாடியிருப்பதைக் கொண்டு இவ்வாறு நம்புகின்றனர். மனிதத் தன்மையற்று - சுதந்தரமற்று - அடிமையாகப் பிணம் போல் நடமாடுவோர் விழித்துக் கொள்ளுவார்கள். தங்கள் உரிமைக்காகப் போராடுவார்கள் என்பது இராமலிங்க சுவாமிகள் கருத்து; செத்தார் எழுவர் என்பதற்கு இவ்வாறுதான் பொருள் கொள்ள வேண்டும்.

இவ்வுண்மையை உணராதவர்களே, செத்தாரை எழுப்பும் வித்தையை இராமலிங்க சுவாமிகள் அறிந்திருந்தார்; அவரே பழைய பூத உடம்புடன் திரும்பிவரப் போகின்றார் என்று சொல்லிக் கொண்டிருக்கிறார்கள். இந்த விதமான நம்பிக்கை யுள்ளவர்கள்தான், நேதாஜி எங்கோ ஒரு நாட்டில் மறைந்திருக்கின்றார். மீண்டும் நெருக்கடி நேரும் போது இந்தியாவுக்குத் திரும்பி வரப் போகின்றார் என்று சொல்லிக் கொண்டிருக்கிறார்கள். இராமலிங்க அடிகள் திரும்பி வரப்போகின்றார் என்பதற்கும், நேதாஜி திரும்பி வரப்போகிறார் என்பதற்கும் எவ்வித வேற்றுமையும் இல்லை; இரண்டு கருத்தும் ஒன்றே தான்.

செத்தார் திரும்புவர், மாண்டார் மீண்டும் வருவர் என்ற நம்பிக்கை மூடநம்பிக்கை என்பதிலே ஐயம் இல்லை; செத்தாரைப் பிழைக்கவைக்க மந்திரம் உண்டு என்று சொல்வதிலும் பொருள் இல்லை. விஞ்ஞானத்தின் மூலம் செத்தவரை எழுப்ப முடியும்; செத்தவர் உடல் சிதையாமலிருந்தால்- சேதப்படாமல் இருந்தால் - எழுப்ப முடியும்; விஞ்ஞான வளர்ச்சியிலே இந்த முறையைக் கண்டுபிடித்து விடலாம் என்று சொன்னாலாவது நம்புவதற்கு இடம் உண்டு.

இப்படி இல்லாமல், இறந்தவர்களை மந்திரம் போட்டு எழுப்பிவிடலாம் என்று சொன்னால் அதை நம்புவதற்கில்லை. இவ்வாறு இதுவரையிலும் யாரும் எவ்விடத்திலும் செய்ததாகத் தெரியவில்லை.

நம் முன்னோர்கள் இது ஒரு மூடநம்பிக்கை என்பதைத் தெளிவாக எடுத்துக்காட்டியிருக்கின்றனர்.

செத்தார் பிழைக்க முடியும் என்ற நம்பிக்கை மக்களிடம் வேரோடியிருக்குமானால் அதனால் பல தீமைகளும் ஏற்பட்டு விடும். நமது உடல் நிலையானதன்று. 'காயமே இது பொய்யடா; சீவன் காற்றடைத்த பையடா!' என்பது தான் உண்மை என்ற நம்பிக்கையுள்ளவர்கள்தாம் நல்லறங்கள் செய்வார்கள்; உடம்பு மறைவதற்குள் உத்தமமான செயல்களைச் செய்யவேண்டும் என்று எண்ணுவார்கள்; இருக்கும் வரையிலும் இன்பத்தை அனுபவிக்க வேண்டும். இயன்றவரையிலும் மற்றவர்களுக்கும் நன்மை புரியவேண்டும் என்ற எண்ணமும் பிறக்கும்.

செத்தாலும் மீண்டும் திரும்பிப் பிழைத்துவிடலாம் என்ற நம்பிக்கையிருந்தால் இம்மியளவு கூடப் பிறருக்கு உதவி செய்ய மாட்டார்கள்; எல்லாவற்றையும் தமக்கென்றே சேர்த்து

வைத்துக் கொள்வார்கள்; தாம் செத்த பின் எழுப்பி விடுவதற்கான ஏற்பாடுகளையும் செய்து வைத்துக் கொள்ளுவார்கள். உலகில் இன்றுள்ள ஒழுங்கு முறைகள் எல்லாம் தலைகீழாக மாற்றம் அடைந்துபோகும்.

ஆதலால், செத்தார் மீண்டும் பழைய உடம்புடன் எழுவர்; செத்தாரை இவ்வாறு எழுப்புவதற்கான மந்திரம் உண்டு என்ற நம்பிக்கையை விரட்டி அடித்தாக வேண்டும். மக்கள் மூட நம்பிக்கை இருளை விட்டு நீங்கிப் பகுத்தறிவுப் பாதையிலே நடப்பதற்கு இதைச் செய்வதும் ஒரு சிறந்த பணியாகும்.

இவ்வாறு எண்ணித்தான் முன்னோர்கள் பலரும், மாண்டார் மீள்வதில்லை என்று பாடிவைத்திருக்கின்றனர் போலும்.

இவ்வுண்மையைக் கூறியிருப்பவர்களிலே சித்தர் கூட்டத்தில் ஒருவரான சிவவாக்கியர் என்பவரும் ஒருவர். அவர், செத்தார் பிழைப்பதில்லை என்பதைச் சிறந்த உதாரணங் களுடன் அமைத்துப் பாடியிருக்கின்றார். அவர் பாடல்தான் கீழ்வருவது:

கறந்தபால் முலைபுகா; கடைந்தவெண்ணெய் மோர்புகா!
உடைந்துபோன சங்கின்ஓசை உயிர்களும் உடல்புகா!
விரிந்தபூ உதிர்ந்தகாயும் மீண்டுபோய் மரம்புகா;
இறந்தவர் பிழைப்பதில்லை, இல்லை; இல்லை; இல்லையே

இறந்தவர் பிழைப்பதில்லை என்பதை இப்பாடல் தெளிவாகக் காட்டுகின்றது. மடியிலிருந்து கறந்த பாலை மீண்டும் முலைக்காம்பின் வழியே ஏற்றிவிட முடியாது; ஏற்றினாலும் ஏறுவதில்லை; கடைந்தெடுத்த வெண்ணெயை மீண்டும் மோருடன் ஒன்றாகக் கலந்துவிடும்படி செய்துவிட முடியாது; உடைந்த சங்கிலே உடைவதற்கு முன் எழும்பிய

ஓசையைப் புகுத்திவிட முடியாது. வெளிப்பட்ட உயிர்களும் மீண்டும் உடம்பிலே புகுவதில்லை; மலர்ந்து உதிர்ந்த பூவும், வெம்பி விழுந்த காயும் மீண்டும் மரத்திலே போய் ஒட்டிக் கொள்ளுவதில்லை. இவற்றைப் போலவே, இறந்தவர் பிழைப்பதில்லை. இறந்தார் பிழைப்பர் என்று சொல்லுவதெல்லாம் வெறும் பொய்; பயனற்ற கற்பனை. யாரேனும், செத்தார் பிழைப்பர் என்று சொல்லுவார்களேயானால் அது உண்மை அன்று. மாண்டார் மீண்டும் வருவது என்பது ஒருபொழுதும் இல்லை; நிச்சயமாக இல்லை; உண்மையாகவே இல்லை. இதுதான் உறுதி என்று தெளிவாகக் கூறுகின்றார்.

ஒரு உண்மையை விளக்க எத்தனை அருமையான உதாரணங்கள்! அனைவர்க்கும் புரியும்படியான தெளிவான உதாரணங்கள்! இவ்வளவு உறுதியாகச் சிவவாக்கியர் கூறுவதற்குக் காரணம், மக்கள் மூடநம்பிக்கையைப் போக்க வேண்டும்; மக்களுக்குச் சாகாமலிருக்க வழிதேட வேண்டும் என்பதை உணர்த்தி அவர்களை நன்னெறியில் நடக்கும்படி செய்ய வேண்டும் என்பதைத் தவிர வேறு என்ன? மக்களிடம் கொண்ட அருள்மனம் காரணமாகத்தான் இவ்வாறு பாடியிருக்கின்றார்.

உள்ளமே கோவில்

சித்தர்கள் போக்கே ஒரு தனிப் போக்காகும். அவர்கள் ஆடம்பரத்தை விரும்பாதவர்கள்; மக்கள் வாழ்வைச் செம்மைப்படுத்த நினைத்தவர்கள்; மனித சமூகத்தில் நிலவும் மூடநம்பிக்கைகளைப் போக்க நினைத்தவர்கள்; எல்லா மனிதர்களையும் உயர்ந்த அறிவாளிகளாக்க எண்ணியவர்கள். சித்தர் நூல்களைப் படிக்கும் போது இந்த எண்ணந்தான் நமக்குப் பிறக்கின்றது.

ஆடம்பரமான பெரிய கோவில்களைக் கட்டுவது; அதற்குள்ளே கடவுள் அடங்கியிருக்கின்றான் என்று

சொல்லுவது; கடவுளுக்கு உருவம் செய்து வைத்து வணங்குவது; அவற்றிற்குத் தேர்- திருவிழாக்கள் செய்வது; கடவுள் அருளைப் பெறுவதற்கு மந்திரங்கள் செபிப்பது- இவற்றால் எல்லாம் பயன் இல்லை என்பதே சித்தர்களின் கருத்து. சித்தர் பாடல்களிலே இக் கருத்துக்களைக் காணலாம்.

கோவில்பள்ளி ஏதடா; குறித்துநின்றது ஏதடா?

வாயினால் தொழுதுநின்ற மந்திரங்கள் ஏதடா?

ஞானமான பள்ளியில் நன்மையாய் வணங்கினால்

காயமான பள்ளியில் காணலாம் இறையையே!

என்பது சிவவாக்கியம். இதில் காணப்படும் கருத்து முற்போக்கான கருத்தாகும்.

கோயில்கள், பள்ளிகள்- இவை எல்லாம் என்ன பயனைத் தரும்? அவற்றில் குறித்துக் காட்டும்படி நிற்பது தான் ஏது? கோவில்களும் இல்லை; பள்ளிகளும் இல்லை; அவற்றில் குறிப்பிடத்தக்கது ஒன்றுமில்லை.

வாயினால் சொல்லி, கையால் தலையால் வணங்கிக் கொண்டு நின்ற மந்திரங்கள்தான் எவை? அவையும் பொய். கோயில்களிலே- அருகர், புத்தர்கள் உறையும் பள்ளிகளிலே- ஒரு உண்மையும் இல்லை; மந்திரங்களிலும் ஒரு உண்மையும் இல்லை; அறிவு என்னும் பள்ளியில்தான் இறைவனைக் காணமுடியும். அறிவுப் பள்ளியிலே புகுந்து வணங்கினால்- அதாவது அறிவால் நன்றாக அலசிப் பார்த்தால் தான் இறைவனைக் காணலாம்.

அந்த இறைவனையும் வேறு எங்கும் தேடித் திரிந்து சென்று காண வேண்டியதில்லை; நமது உடம்பு என்ற பள்ளியிலேயே அவனைக் காணலாம் என்று கூறுகின்றது இப்பாடல்.

இப்பாட்டின் கருத்து, அறிவே கடவுள் என்பதுதான். நம்மிடத்திலேயே அறிவு இருக்கின்றது; அதைத் தேடிக் கொண்டு வேறு எங்கும் ஓடி அலைய வேண்டியதில்லை. அறிவைத் துணைகொண்டு வாழ்ந்தால் அறிவுக்கு விரோதமில்லாமல் ஒழுகினால்- அதுவே கடவுள் பணியாகும்; கடவுள் தன்மை யாகும். இந்த உண்மையையே இப் பாடல் உணர்த்திற்று.

அந்த அறிவுதான் எப்படி இருக்கவேண்டும்? அறிவைப் பெற்றவர்கள் உள்ளம் எப்படி இருக்கவேண்டும்? என்பதை மற்றொரு பாட்டிலே விளக்கிக் கூறியிருக்கின்றார்.

உள்ளம் இருண்டிருப்பவன் அறிவாளி அல்லன்; அறிவுள்ளவனாயினும் மனத்திலே குப்பை கூளங்களைச் சுமந்து கொண்டு திரிகின்றவன் அறிவைப் பெற்றவன் அல்லன். உள்ளம் சுத்தமாக இருக்கவேண்டும்; மாசற்றதாக இருக்க வேண்டும்; இதுவே அறிவின் பயன். இத்தகைய உள்ளத்தைத்தான் அறிவென்னும் இறைவன் கோயிலாகக் கொண்டிருப்பான்.

மனத்துஅகத்து அழுக்குஅறாத மவுனஞான யோகிகள்
வனத்துஅகத்து இருக்கினும் மனத்துஅகத்து அழுக்குஅறார்;
மனத்துஅகத்து அழுக்குஅறுத்த மவுனஞான யோகிகள்
முலைத்தடத்து இருக்கினும் பிறப்புஅறுத்து இருப்பரே

இப்பாட்டு, உள்ளத் தூய்மையின் உயர்வை வலியுறுத்தும் பாட்டு.

ஒருவர் யாரிடமும் பேசாமல் மவுனமாக இருக்கலாம்; ஞானத்தை அறிந்த யோகி போல இருக்கலாம்; யோகம் செய்து கொண்டும் இருக்கலாம்; நாட்டைத் துறந்து காட்டிலே

போய் வாழலாம். ஆயினும் உள்ளத்திலே தூய்மை இல்லாதவர் களாயிருந்தால் பயன் இல்லை. உள்ளத்திலேயே குற்றங்களுக்கு ஊற்றுக்குழியான ஆசையை வைத்துக்கொண்டு இருப்பவர்கள் நாட்டிலிருந்தாலும் ஒன்றுதான் காட்டிலிருந்தாலும் ஒன்று தான். அவர்களுடைய மனப்பாசி- அழுக்கு- குற்றம் - நீங்காது; அவர்கள் அன்பையோ அறிவையோ பெற மாட்டார்கள்; உண்மையான அறிவான இறைவனைக் காணவும் மாட்டார்கள்.

உள்ளத்தில் தூய்மை உள்ளவர்கள் மனமாசற்றவர்கள், மவுனமாக இருந்து ஞானநெறியிலே நடப்பவர்கள், உண்மை யாளர்கள் ஆவார்கள்; யோகிகள், ஞானிகள் என்று போறறப் படுவதற்கு உரியவர்கள் ஆவார்கள். உள்ளத்திலே பரிசுத்தம் இருந்தால், அவர்கள் வெளி வாழ்க்கை எப்படியிருந்தாலும் பாதகம் இல்லை. அவர்கள் சிற்றின்ப வாழ்வில் ஈடுபட்டிருந்தாலும் கெட்டுப் போய் விட மாட்டார்கள்; உள்ளத் தூய்மை காரணமாக அவர்கள் பிறவித் துன்பத்திலிருந்து நீங்குவார்கள்.

இக்கருத்தையே இப்பாடல் தெரிவித்தது. மேலே காட்டிய சிவவாக்கியர் பாடல்கள் இரண்டும் இரண்டு உயர்ந்த கருத்துக்களை உரைத்தன. அவை அறிஞர்கள் ஏற்றுக் கொள்ளக்கூடிய அரிய கருத்துக்கள்.

கோயில் இறைவன் அல்ல; அருகர், புத்தர்கள் வாழும் பள்ளிகள் இறைவன் அல்ல; வாயினால் முணுமுணுத்துக் கொண்டு வணங்கும் மந்திரம் இறைவனல்ல. அறிவுதான் இறைவன்; அறிவுடன் வாழ்வதுதான் இறைவணக்கம். இந்த அறிவு நம்மிடமே இருக்கின்றது. இதற்காக ஊரெங்கும் நாடெங்கும் அலைந்து திரிய வேண்டாம். இதுவே முதல் பாட்டில் கூறிய கருத்து.

உள்ளத்தில் அறிவு இருந்தால்மட்டும் போதாது; உள்ளம் பரிசுத்தமாக இருக்க வேண்டும்; உள்ளத்திலே கெட்ட எண்ணங்கள் குடியிருக்கக்கூடாது; உள்ளத்தில் பேராசை குடியிருக்கக் கூடாது; நன்மையே நிறைந்திருக்க வேண்டும். மனப் பரிசுத்தமுள்ளவர்கள் சிற்றின்ப வாழ்விலே மூழ்கியிருந்தாலும் தீமையடைய மாட்டார்கள்; மீண்டும் மீண்டும் பிறந்து துன்புறு வதற்கான பாவச்செயல்களிலே புகுந்து விடமாட்டார்கள். பிறவிக்குக் காரணமான தீமைகள் அவரிடம் அணுகமாட்டா. ஆதலால் அவர்கள் பிறப்பறுத்துப் பேரின்ப வாழ்வைப் பெறுவார்கள் என்று இரண்டாவது பாட்டுக் கூறிற்று.

இப்படிப்பட்ட சிறந்த பாடல்கள் பலவற்றைச் சித்தர் நூல்களிலே காணலாம்.

சித்தர்கள், மக்கள் சமுதாயத்தின்பால் அன்பு கொண்டவர்கள்; மக்களுடைய நல்வாழ்விலே கருத்துள்ளவர்கள். ஆதலால் தான் அவர்கள் இத்தகைய கருத்துக்களைப் பாடல் வடிவிலே பாடிவைத்திருக்கின்றனர்.

நாடெங்கும் தேடி நலிவதேன்?

உண்மையுணந்தவர்கள் கடவுள் இருக்கும் இடத்தைப் பற்றிக் கவலைப்படமாட்டார்கள். அங்கேயிருக்கிறான், இங்கே இருக்கிறான் என்று தேடி அலைய மாட்டார்கள்; அதுதான் கடவுள், இதுதான் இறைவன் என்று சொல்லிக் கொண்டும் திரியமாட்டார்கள்.

கடவுளுக்கும் நமக்கும் வெகுதூரம்; அவன் மனத்திற்கு எட்டாதவன்; சொல்லுக்கு அடங்காதவன்; கண்ணுக்குத் தெரியாதவன்; மனம், மொழி, மெய்களைக் கடந்தவன்; எதைக் கடவுள் என்று எண்ணுகிறோமோ அது கடவுள்

அன்று, இது கடவுள் அன்று என்றுதான் சொல்ல முடியுமே தவிர, இதுதான் கடவுள் என்று சொல்ல முடியாது. இதுதான் கடவுளின் உண்மைத் தத்துவம் என்று கூறுவோரும் உண்டு.

கடவுள் நம்மால் காணமுடியாதவன்; அவன் மிகவும் தொலைதூரத்தில் உள்ளவன்; அவனை நெருங்கவே முடியாது என்று சொல்லுகின்றவர்களைச் சோம்பேறிகள் என்று வசை பாடுகிறார் சிவவாக்கியர். உண்மையைத் துருவிக் காணமுடியாத சோம்பேறிகள்தான் இப்படிச் சொல்லிக் கொண்டிருப்பார்கள் என்பது அவர் கருத்து.

கடவுள் நிலத்திலும் இருக்கின்றான்; நிலமிசை வாழும் எல்லாப் பொருள்களிலும், எல்லா உயிர்களிலும் இருக்கின்றான். நிலத்தில் மட்டும் அன்று; விண்ணிலும் இருக்கின்றான். வானில் உள்ள எல்லாப் பொருள்களிலும் இருக்கின்றான். எல்லா உலகங்களிலும் இருக்கின்றான். அங்கு இங்கு எனாதபடி எங்கும் இருப்பவனே இறைவன் என்பதே ஆன்றோர்- அறிவுள்ளோர் - உண்மையுணர்ந்தோர் உரை.

இதை அறிந்தவர்கள் கடவுளுக்கும் நமக்கும் எட்டாத தூரம் என்று இயம்புவது சோம்பேறித்தனம் என்று சிவவாக்கியர் கூறுவதில் தவறு இல்லை.

எங்கும் இருக்கின்ற இறைவனை அந்த ஊரில் இருக்கிறான், இந்த ஊரில் இருக்கின்றான்; அந்த நாட்டில் இருக்கிறான். இந்த நாட்டில் இருக்கிறான்; அந்தக் காட்டில் இருக்கின்றான், இந்தக் காட்டில் இருக்கின்றான் என்று சொல்வது அறியாமை; இப்படி எண்ணுவது மூடத்தனமாகும். இப்படி நினைத்துக்கொண்டு ஊரும் நாடும் காடும் தேடி உழல்வது பைத்தியக்காரத்தனம். இவர்கள் ஒன்றும் உணராத ஊமையர்கள். இவ்வாறு பேசுகிறார் சிவவாக்கியர்.

இப்பேச்சிலே உண்மை இல்லாமலில்லை. எங்கும் உள்ளான் இறைவன் என்றால் அவன் நம்மிடத்திலும் தான் இருக்கின்றான். நமது அண்டையிலும் இருப்பான்! நமது எதிரிலும் நிற்பான்; நமது உடம்புக்குள்ளும் நடனம் ஆடுவான். நமது சிந்தனை, பேச்சு, செய்கை எல்லாவற்றிலும் இருப்பான்.

இறைவன் எங்கும் இருக்கின்றான் என்பதன் பொருள் இதுதான். இதை உணர்ந்தவர்கள் தமக்குள்ளேயே இறைவனைக் காண்பார்கள்; இறைவன் தன்மையைப் பெறுவார்கள். இதை உணராதவர்கள் இறைவன் இயல்பைப் பெறமாட்டார்கள்.

எல்லாவுயிர்களிடமும் இரக்கங் காட்டுதல்; எல்லா மக்களையும் ஒத்தவராக உளங்கொள்ளுதல்; எல்லா மக்களின் நல்வாழ்வுக்கும் பணி செய்தல், இத்தகைய தன்மை இறைவனை உணர்ந்தோர் தன்மையாகும்; இறைவன் தம்முள்ளே இருக்கின்றான் என்ற உண்மையை உணர்ந்தவர்கள்தாம் இந்த இயல்பைப் பெறுவார்கள்.

தூரம்தூரம் என்று

சொல்லுவார்கள் சோம்பர்கள்

பாரும் விண்ணும் எங்கும் ஆய்ப்

பரந்த இப் பராபரம்;

ஊரும்நாடும் காடும்தேடி

உழன்றுவாடும் ஊமைகாள்!

நேரதாக உம்முளே

அறிந்துணர்ந்து கொள்ளுமே!

என்பது சிவவாக்கியர் பாட்டு. இச்செய்யுளிலே இறைவனைத் தம்முள்ளேயே காணலாம்; வேறு எங்கும் தேடித் திரிந்து வாடி வதங்கவேண்டாம் என்று கூறியிருப்பதைக் காணலாம்.

இறைவன் இருக்கும் இடம் தொலைவு! தொலைவு! என்று சொல்லுவார்கள் சோம்பேறிகள். இந்த உயர்ந்த பொருள் மண், விண் எங்கும் பரந்திருப்பதாகும்; அதை ஊரிலும் நாட்டிலும் காட்டிலும் இருப்பதாக எண்ணிக் கொண்டு, வருந்தித் தேடுகின்ற ஊமைகளே! நேரடியாக உமக்குள் அவன் இருப்பதைக் கண்டு தெரிந்து கொள்ளுங்கள் என்பதுதான் இதன் பொருள். இந்தச் சிறிய நாலடிப்பாட்டில் பெரிய உண்மை அடங்கியிருப்பதைக் காண்கின்றோம்.

இறைவன் எங்கும் இருப்பது போலவே நமது உள்ளத்திலும் உறைகின்றான் என்று சொல்வதைப் பலர் அவ்வளவு எளிதில் நம்புவதில்லை. வாயளவில் இந்த உண்மையை ஒப்புக் கொண்டாலும், அனுபவத்தில் இவ்வுண்மையைப் பின்பற்றுவதில்லை. இதற்குக் காரணம் அறியாமையைத் தவிர வேறில்லை.

சாதாரண மக்களுக்கு- கல்வியறிவற்ற மக்களுக்கு- சிந்தனாசக்தி அற்ற மக்களுக்குக் கடவுள் உங்கள் உள்ளத்தில் இருக்கின்றான் என்றால் புரியாமலிருக்கலாம். ஓர் உருவத்தைக் காட்டி- ஒரு படத்தைக் காட்டி- ஒரு கோயிலைக் காட்டி- இடம் ஒன்றைக் காட்டி, அதில்தான் கடவுள் இருக்கின்றான் என்றால் தான் புரியும்.

ஆனால் கற்றறிந்தவர்கள்கூட- வேத வேதாந்தங்களை யெல்லாம் ஓதுகின்றவர்கள் கூட- இந்த உண்மையை உணராம லிருப்பதுதான் வியப்புக்குரியது.

நான்கு வேதங்களையும் மனப்பாடம் பண்ணுகின்றனர்; உருப்போடுகின்றனர்; அவற்றுக்கு வியாக்கியானங்களும் விளம்புகின்றனர். ஆனால் ஞானத்தின் மூலத்தை அறியாமல் தவிக்கின்றனர். இறைவன் இருக்கும் இடம் இன்னதென்று உணராமல் ஏதேதோ சொல்லிக் குழப்புகின்றனர்.

பாலும் நெய்யும் ஒன்றாகக் கலந்திருக்கின்றன. பாலிலிருந்து நெய்யைப் பிரித்தெடுக்கிறோம். பால் வேறு, நெய் வேறு என்று சொல்ல முடியாது. இதைப் போலவே இறைவன் இவ்வுலகிலுள்ள எல்லாப் பொருள்களோடும் கலந்து நிற்கின்றான். ஞானக்கண் கொண்டுதான் அதைக் காண வேண்டும். இந்த உண்மையை உணராதவர்கள் பாவிகள்; புண்ணியம் செய்யாதவர்கள். பாலிலே நெய் கலந்திருப்பது போல் இறைவன் எங்கும் எல்லாவற்றிலும் இருக்கின்றான் என்ற உண்மையை அறிகின்ற வர்களே உத்தமர்கள், ஞானிகள் ஆவார்கள்.

இந்த உண்மையை உணர்ந்தவர்கள், இறைவன் நமது உள்ளத்தில் உறைகின்றான் என்று உறுதியாக நம்புவார்கள். இந்த உறுதி உள்ளம் படைத்தவர்கள் எதற்கும் அஞ்ச மாட்டார்கள். நாம் செத்து மடிவோமோ, காலன் நம்மைக் கவர்ந்து செல்வானோ என்று பயப்பட மாட்டார்கள்; நாம் ஆர்க்கும் குடி அல்லோம், நமனை அஞ்சோம் என்ற திடசித்தத்துடன் வாழ்வார்கள். இறைவன் நமது உள்ளத்திலே எப்பொழுதும் நீங்காமல் உறைகின்றான் என்ற உண்மையைக் காண்பவர்க்குத் தான் இத்தகைய உறுதி படைத்த உள்ளம் உருவாகும்.

ஆனால் இத்தகைய நம்பிக்கையும் உறுதி உள்ளமும் அவ்வளவு எளிதில் ஏற்பட்டு விடுவதில்லை. வேத வேதாந்தங்களைப் படித்தவர்கள் கூடத் தடுமாறும் போது, சாதாரண மக்கள் இத்தகைய ஞானநிலையை எளிதில் அடைய

முடியுமா? அரிதுதான்; ஆனால் முயன்றால் முடியாதது ஒன்றும் இல்லை.

நாலுவேதம் ஓதுவீர்! ஞானபாதம் அறிகிலீர்!
பாலுள்நெய் கலந்தவாறு பாவிகாள் அறிகிலீர்!
ஆலம்உண்ட கண்டனார் அகத்துளே இருக்கவே
காலன்என்று சொல்லுவீர் கனாவிலும்அது இல்லையே

என்ற பாட்டு மேலே காட்டிய உண்மைகளைக் கூறுவதுதான். இதுவும் சிவவாக்கியர் பாடல்தான். இப்பாடலும் இறைவனை ஒவ்வொருவரும் தமக்குள் கண்டறியலாம் என்ற உண்மையைத் தான் எடுத்துரைத்தது.

நான்கு வேதங்களையும் ஓதுகின்றீர்கள். ஞானத்தின் நிலையை அறிய மாட்டீர்கள். பாலுள் நெய் கலந்திருப்பது போலவே இறைவன் இருக்கிறான் என்பதைப் பாவிகளே, நீங்கள் அறியவில்லை; நஞ்சுண்ட கண்டனாராகிய சிவபெருமான் நம் உள்ளத்திலேயே இருக்கின்றான் அப்படி இருக்க, காலன் என்று சொல்லி ஏன் பயப்படுகின்றீர்கள்? கடவுள் உள்ளத்தில் உறைகின்றான் என்ற உண்மையை உணர்ந்து விட்டால் கனவில் கூடக் காலனுக்கு அஞ்ச வேண்டியதில்லை என்பதுதான் அச் செய்யுளின் பொருள். உயிரும், கடவுளும் ஒன்றே என்ற கருத்து இப்பாடல்களில் காணப்படுவது குறிப்பிடத்தக்கதாகும்.

புத்தகங்களின் போதனை

அறிவே தெய்வம் என்பது ஆன்றோர்கள் கொள்கை. அறிவு எல்லா நன்மைகளுக்கும் அடிப்படை; எல்லா இன்பத்திற்கும் அடிப்படை. அறிவினால் தான் இவ்வுலக நாகரிகம்

வளர்ந்திருக்கின்றது; அறிவினால்தான் மக்கள் இயற்கைகளை யெல்லாம் அடக்கி ஆளும் ஆற்றலை அடைந்திருக்கின்றனர்.

இன்றும் அறிவுள்ள சமூகம் உயர்ந்தநிலையில் வாழக் காண்கின்றோம். அறிஞர்கள் நிறைந்த நாடு உயர்ந்த நிலையில் இருப்பதைக் காண்கின்றோம்; அறிவுபடைத்த தனிப்பட்ட மனிதர்களும் சிறந்த நிலையில் இருப்பதைப் பார்க்கின்றோம்; அறிவுள்ளவர்கள் பாராட்டப்படுகின்றனர்; அறிவுள்ளவர்கள் எத்தேயத்தினராயினும் சரி; எம்மொழியினராயினும் சரி; எம்மதத்தினராயினும் சரி; எவ்வினத்தினராயினும் சரி; அவர்கள் உலக மக்களின் பாராட்டுதலைப் பெறுகின்றனர்.

அறிவுக்கும் தெய்வத்துக்கும் வேற்றுமையில்லை. தெய்வத்தைப் பற்றிப் புராணங்களிலே புகழ்ந்து கூறப்படுகின்றது. எல்லா ஆற்றலும் படைத்தது தெய்வம்; மக்களால் செய்து முடிக்க இயலாத செயல்களை எல்லாம் செய்யுந் திறமை வாய்ந்தது தெய்வம்; தெய்வ பலம் இருந்தால்- தெய்வத்தின் துணை இருந்தால்- தெய்வத்தின் அருள் இருந்தால்- எக்காரியத்தையும் எளிதிலே வெற்றிகரமாகச் செய்து முடிக்க இயலும். இது முன்னோர்கள் நம்பிக்கை.

இதுபோலவே, அறிவிருந்தாலும் எதையும் செய்து முடிக்கலாம்; செய்யத் தொடங்கும் காரியத்திற்கு நேரும் இடையூறுகளை யெல்லாம் அறிவு என்னும் வாள் கொண்டு அறுத்தெறிய முடியும்; அறிவென்னும் கூர்மையான கருவியைக் கொண்டவனிடம் வேறு எப்படையின் வலிமையும் செல்லாது; எதிர்க்கும் படைகள் அனைத்தும் செயலின்றி முனை மழுங்கி ஓடிந்து விழுந்துவிடும். அறிவு என்பது பெருநெருப்பு; அதைச் சிறுநீர்த் துளிகள் ஒன்றும் செய்து விட முடியாது. அறிவென்பது எந்தத் திரையினாலும் மறைக்க முடியாத பெரிய விளக்கு; அறியாமை என்னும்

இருள் அதை எதிர்த்து நிற்க முடியாது. இவ்வாறெல்லாம் அறிவைப் பற்றிக் கூறுகின்றனர்.

ஆகவே அறிவும் தெய்வமும் ஒன்று; ஒரு தன்மையுடையவை. அறிவுதான் தெய்வம், தெய்வந்தான் அறிவு என்று கூறுவதிலும் தவறு இல்லை. இதனை அறிவும் சிவமும் இரண்டு என்பர் அறிவிலார் என்று திருமூலர் குறித்திருக்கின்றார். அறிவு வேறு, சிவம் என்னும் தெய்வம் வேறு என்பவர்கள் அறிவற்றவர்கள் என்பதே திருமூலர் கொள்கை.

அறிவு என்பது தமிழ்ச்சொல்; ஞானம் என்பது வடமொழிச் சொல். அறிவுள்ளவரை அறிஞர், புலவர் என்று அழைப்பர் தமிழர்; ஞானம் உள்ளவரை ஞானிகள் என்று அழைப்பர் வடமொழியாளர். ஆகவே, ஞானி என்றாலும் அறிஞர் என்றாலும் கருத்துவேறுபாடு இல்லை; சொல் வேறுபாடு ஒன்றுதான் உண்டு.

இத்தகைய அறிவை அல்லது ஞானத்தை எப்படிப் பெறுவது என்பதைப் பற்றியும் அறிஞர்கள் கூறியிருக்கின்றனர். புறத்திலே உள்ள பொருள்களின் இயல்புகளைக் கண்டறிவதும் அறிவுதான்; அப்பொருள்களின் பயனைப் பெற்று அனுபவிப்பதற்கு முயல்வதும் அறிவுதான்; அப்பொருள்களின் தோற்றம், வளர்ச்சி, ஒடுக்கம் முதலியவற்றால் பல படிப்பினைகளை உணர்ந்து கொள்ளுவதும் அறிவுதான். ஆனால் இத்தகைய அறிவு உண்மையில் எங்கே இருக்கின்றது? நமது உள்ளத்தை விரிவுபடுத்தி உண்மைகளைக் கண்டறிய முயல்வதுதான் உண்மை அறிவு; முயன்று உண்மை காண்பது தான் உண்மையறிவு; மெய்யறிவு; உண்மை ஞானம்; மெய்ஞ்ஞானம்.

இந்த உண்மை அறிவை நமக்குள்தான் காணமுடியும்; புத்தகங்களிலே காண முடியாது; ஞான நூல்கள் என்று பட்டை தீட்டிக் கொண்டிருக்கும் புத்தகங்களிலே காண முடியாது. அந்த ஞானம் என்னும் பெரிய ஒளி விளக்கு நமக்குள் தான் இருக்கின்றது. அதை அறிந்து விட்டால் அமைதியாக வாழமுடியும். அல்லல் இன்றி அலைச்சல் இன்றி இன்பமாக வாழ முடியும். இந்த உண்மையைச் சிவவாக்கியர் என்னும் அறிஞர்- ஞானி- சித்தர்- தெளிவாகக் கூறுகிறார்.

ஞான நூல்கள் தேடியே நவின்ற ஞான யோகிகாள்!
ஞானமான சோதியை நாடி உள் அறிகிலீர்!
ஞானம் ஆகி நின்றது ஓர் நாதனை அறிந்த பின்
ஞானம் அல்லது இல்லை வேறு; நாம் உரைத்தது
உண்மையே.

என்பது சிவவாக்கியர் பாட்டு. இதிலே ஞானமே- அறிவே- கடவுள் என்ற உண்மை காணப்படுகின்றது. இந்த ஞானத்தை நமது உள்ளத்தில்தான் காணவேண்டும் என்றும் கூறப்படுகின்றது.

ஞான நூல்களைத் தேடிக் கொண்டு, அதைப் பற்றிப் பேசிக் கொண்டிருக்கின்றவர்களே! உண்மை ஞானத்தை அறியாமல் ஞானயோகிகள் என்று ஆடம்பரமாகப் பெயர் சூட்டிக் கொண்டிருக்கின்றவர்களே! ஞானம் ஆகிய சோதியை- பெருஞ்சுடரை-ஒப்பற்ற ஒளியை- உமது உள்ளத்திலே இருப்பதைத் தேடிக் காணாமல் இருக்கின்றீர்கள்! ஞானமாக - அறிவாக- நிற்கின்ற அந்த ஒப்பற்ற தலைவனை நீங்கள் அறிந்து கொண்டபின் உண்மை உணர்வீர்கள்; ஞானத்தைத் தவிர ஒப்பற்ற உயர்ந்த ஆற்றல்- பொருள்- தெய்வம் - வேறு இல்லை என்பதை அறிவீர்கள். நாம் உரைத்தது உண்மை; மறுக்க முடியாத உண்மை என்பதே மேற்காட்டிய பாடலின் பொருளாகும்.

ஞானத்தை அறிய நாமே முயலவேண்டுமேயன்றி, புத்தகங்களைச் சுமந்து திரிவதால் பயன் இல்லை என்பதை மற்றொரு செய்யுளிலும் வலியுறுத்துகின்றார் சிவவாக்கியர். புத்தகங்கள் எல்லாம் மெய்யுரைகளைக் கூறுவதில்லை; அவை பொய்யுரைகள் பலவற்றைப் புகல்கின்றன. ஆதலால் நாம் உண்மை காண முடியாது. புத்தக வழியிலே செல்வோமானால் இவ்வுலகிலே இன்புற்று அமைதியுடன் வாழவும் முடியாது என்பதை வலியுறுத்துகின்றது அப்பாட்டு.

புத்தகங் களைச் சுமந்து பொய்களைப் பிதற்றுவீர்!
செத்திடம் பிறந்திடம் எங்ஙன் என்று அறிகிலீர்;
அத்தனை அசித்தனை அறிந்து நோக்க வல்லிரேல்
உத்தமத்துள் ஆய சோதி உணரும்போகம் ஆகுமே.

என்பது அப்பாடல். இப்பாடலிலும் உண்மையான சிறந்த பொருள் பொதிந்து கிடப்பதைக் காணலாம். புத்தக மூட்டை களைச் சுமந்து கொண்டு திரிகின்றீர்கள்; அவற்றில் கூறப்படு கின்ற பொய்களை உண்மையென்று உளறுகின்றீர்கள்; நாம் செத்த இடம் எது? பிறந்த இடம் எது? என்ற உண்மைகளை அறியமாட்டீர்கள். உண்மையான தலைவன் யார்? நம்மை ஆட்டிவைக்கும் - நடத்தி வைக்கும் - இயங்கச் செய்யும் தலைவன் யார்? அறிவற்றது எது? பயன்படாதது எது? ஞானத்திற்குத் துணை செய்யாதது எது? என்ற உண்மைகளை ஆராய்ந்து பார்க்கவல்லவராகுங்கள். இத்தகைய வல்லமையைப் பெறுவீராயின் உத்தமமான சோதியை - அறிவை - உணரலாம்; காணலாம். அதுவே இவ்வுலகில் இன்பமுடன் வாழும் செல்வமாகும் என்பதே இப்பாடலில் பொதிந்துள்ள பொருள்.

இச் செய்யுளில் அத்தன் என்று குறித்திருப்பது ஞானம்; அறிவு என்பதாகும். அசித்தனை என்பது அறிவற்ற பொருளைக்

குறிப்பதாகும்; பொய்மையை உணர்த்துவதாகும். நிலையாமல் மறைந்துவிடும் பொருளைக் குறிப்பதாகும்.

சோதி உணரும் போகம் ஆகுமே என்ற தொடர் குறிப்பிடத்தக்கது. சோதி என்பது ஞானத்தைக் குறித்தது; அறிவைக் குறித்தது. சோதிதான் நாம் அறியக்கூடிய இன்பமாகும். சோதியை- அறிவை உணர்ந்தால் தான், நம்முள்ளே கண்டால் தான் நாம் அமைதியுடன்- இன்பத்துடன் வாழ முடியும்; வாழலாம்; என்பதில் ஐயமில்லை. இவ்வுண்மையையே இத்தொடர் உணர்த்தியது.

ஆகவே, அறிவே நாதன்; அதை நூல்களிலே- புத்தகங்களிலே காணமுடியாது. நம்முள்ளே தான் கண்டு தெளிய முடியும்; அப்படித் தெளிந்தால்தான் இவ்வுலகிலே சாந்தியுடன் வாழலாம். இவ்வுண்மையை மேலே காட்டிய சிவவாக்கியர் பாடல்கள் இரண்டும் உணர்த்தின.

மாசற்ற மனம்

உள்ளம், பேச்சு, செயல் எல்லாம் ஒன்றுபட்டிருக்க வேண்டும். இதுதான் நல்ல மனிதரின் இயல்பு; குற்றமற்ற மக்களின் குணம். இத்தகைய தன்மையை ஏழை மக்கள் பலரிடம் காணலாம். கல்வியறிவில்லாத மக்களிடம் நாகரிகமற்றவர்கள் என்று தாழ்த்தப்பட்டிருக்கும் மக்களிடம் காணலாம்.

ஆனால், படித்தவர்கள், அறிவுடையவர்கள், நாகரிகம் உள்ளவர்கள், உயர்ந்தவர்கள் என்று தம்மை நினைத்துக் கொண்டிருப்பவர்களிடம், எண்ணமும் பேச்சும் செயலும் ஒன்றாக இருப்பதைக் காணுதல் அரிது. அவர்கள் பெரும்பாலும் ஒன்றை நினைப்பார்கள். அந்நினைப்பை நிறைவேற்றிக் கொள்ளும் பொருட்டு நினைத்திருப்பதற்கு

நேர்மாறாகப் பேசுவார்கள். செயலிலே இறங்கும் போது சொல்லுக்கு மாறாகச் செயல் செய்வார்கள்.

உயர்ந்தவர்கள்தான் பெரும்பாலும் இத்தன்மையுள்ளர் வர்களாயிருக்கின்றனர். இத்தன்மை உள்ளவர்களைத்தான் அறிவாளி, திறமைசாலி, கெட்டிக்காரன், காரியவாதி, சாமர்த்திய சாலி என்ற புகழ்ந்து பேசுகின்றனர். நினைப்பும் சொல்லும் செயலும் ஒன்றாக உள்ளவர்களைப் பற்றியோ ஒன்றும் தெரியா தவர்கள், அறிவில்லாதவர்கள்; வெகுளிகள்; ஏமாந்தவர்கள்; காரியம் செய்யும் திறமையற்றவர்கள் என்றெல்லாம் இழிவாகப் பேசுகின்றோம்.

உள்ளொன்று வைத்துப் புறமொன்று பேசுவோர் எவ்வளவு தான் அறிவாளியாக இருந்தாலும் அவர்கள் ஒழுக்கமற்றவர்கள் என்பதில் ஐயம் இல்லை. வஞ்சகர்கள், கபடர்கள், சூழ்ச்சிக் காரரர்கள் என்பதில் சந்தேகம் இல்லை.

கள்ள உள்ளம் படைத்தவர்கள் எவ்வளவுதான் சிறந்த ஞான நூல்களைப் படித்தாலும் பயன்இல்லை. அல்லது சிறந்த அறிவுரைகளைப் பிறருக்கு எடுத்துரைத்தாலும் பயனில்லை. அவர்கள் தம் உள்ளத்தில் உள்ள கள்ளத் தன்மையை அடியோடு அறுத்தால்தான் சிறந்த நிலையை அறிவார்கள். தமது சக்தி, தமது திறமை, தமது ஒழுக்கம் எல்லாம் தமது உள்ளமே என்ற உண்மையையும் உணருவார்கள்.

இத்தகையவர்கள்தாம், தமது உள்ளத்தின் இயல்பை விளக்கும் தன்மையுள்ள அறிவைக் காண்பார்கள். இந்த அறிவு என்னும் ஒளியைக் காண்பவர்கள்தான் தெளிந்த ஞானம் உள்ளவர்களாய் விளங்குவார்கள். இத்தகைய ஞானத்தை நமக்குள் சிறந்து நிற்கும்படி செய்வது சிவாயநம என்னும் ஐந்தெழுத்து மந்திரமாகும்.

உள்ளம் தூய்மையாவதற்கும் எல்லாம் வல்ல அறிவு என்னும் ஒளியைப் பெறுவதற்கும் சிவாயநம எனும் ஐந்தெழுத்தை நினைக்க வேண்டும். வேறு தீய நினைப்புகள் ஒன்றுமின்றி ஒழுக்கத்துடன் வாழவேண்டும்.

இவ்வுண்மையைக் கீழ்வரும் சிவவாக்கியர் பாடல் எடுத்துக்காட்டுகின்றது.

கள்ள உள்ளமே யிருந்து கடந்த ஞானம் ஓதுவீர்!
கள்ளம் உள் அறுத்தபோது கதி இதுஅன்றிக்காண்கிலீர்
உள்ளமே விளக்கி நித்தம் ஒளி அணுக வல்லிரேல்
தெள்ளி ஞானம் உம்முளே சிறந்ததே சிவாயமே.

கள்ள உள்ளத்துடன் கூடி இருந்து சிறந்த ஞான நூல்களை ஓதுகின்றீர்கள். வஞ்சகத்தை உள்ளத்தில் இல்லாமல் அடியோடு அறுத்தபோதுதான் நல்ல கதியைத் தவிர தீய கதியைக் காண மாட்டீர்கள். உங்கள் உள்ளத்தை மாசற்றதாக வைத்துக் கொண்டு நாள்தோறும் அறிவொளியைக் கண்டு வாழ வல்லவராகுங்கள். அத்தகைய வல்லமை பெற்றீர்களானால் தான் தெளிந்த அறிவானது உம்மிடம் சிறந்து நிற்கும். இதற்குச் சிவாய நம என்னும் மந்திரமும் துணை செய்யும்.

இதுவே மேலேகண்ட பாடலின் பொருள். அறிவொளியாகிய இறைவனை உள்ளத்திலேயே கண்டறிய முடியும் என்ற கருத்துள்ளதே இச் செய்யுள்.

இதற்கு அடுத்த செய்யுள் சிவன் வேறன்று; சீவன் வேறு அன்று; இரண்டும் ஒன்றே என்ற வேதாந்தத் தத்துவத்தை உணர்த்துகின்றது.

தன்னையே சிவமாக எண்ணுகின்றவன் தான் சீவன் முக்தன் ஆவான். அவன் தன்னம்பிக்கை உள்ளவனும் ஆவான். எதையும் நம்பிக்கையுடன் செய்து வெற்றி பெறுவான். இந்த உண்மையை உணர்த்துவதே வேதாந்தத்தத்துவம்.

நமக்குள்ளேயே சிவன் இருக்கின்றான்; சிவன் வேறு அன்று; சீவன் வேறு அன்று. சிவனும் சீவனும் ஒன்றேதான் என்று அறிகின்றவன், நான் என்ற அகங்காரத்தைக் களைந்தெறிவான். நான் என்ற அகங்காரத்தைக் கைவிட்டவன் எல்லோருக்கும் இனியவனாக இருப்பான். அவனை வெறுப்பவர்கள் எவரும் இருக்கமாட்டார்கள். இவன்தான் சீவனைச் சிவன் என்று அறிந்துகொள்ளும் ஆற்றலும் உடையவன் ஆவான்.

காணவேண்டும் என்று நீர் கடல் மலைகள் ஏறுவீர்
ஆணவம் அது அல்லவோ அறிவில்லாத மாந்தரே!
வேணும் என்று அவ்வீசர் பாதம் மெய்யுளே தரிப்பரேல்
தாணுவாக நின்ற சீவன் தான் சிவம் அதுஆகுமே.

என்ற பாடல் மேலேகாட்டிய கருத்தைக் கொண்டதாகும். நீங்கள் சிவனைக் காணவேண்டும் என்று நினைத்துக் கொண்டு கடல் தாண்டிச் செல்கிறீர்கள்! மலைகளின்மேல் ஏறுகிறீர்கள்!

அறிவில்லாத மக்களே இச்செய்கை உங்கள் அகங்காரத்தைத் தான் காட்டும். வேண்டும் என்று அந்த ஈசனுடைய பாதத்தை உண்மையாகவே உள்ளத்தில் கொள்ளுவீர்களானால் ஒரு காலத்தில் மூங்கிலாக நின்ற சிவமாகிய அந்தச் சீவனே உமக்குள் சிவமாக நிற்பான் இதில் ஐயம் இல்லை.

இதுவே மேலே கூறிய பாடலின் பொருள். மேலே காட்டிய சிவவாக்கிய பாடல்கள் இரண்டும், இரண்டு உண்மைகளை உணர்த்தின. உள்ளத்திலே பரிசுத்தம் இருந்தால் அறிவான ஒளியைக் காணமுடியும் என்பது ஒன்று. சிவனும் சீவனும் ஒன்று என்ற உண்மையை உணரவேண்டும்; தான் என்ற ஆணவத்தை விட்டொழிக்க வேண்டும். அன்பில் ஈடுபட வேண்டும். இவையே இரண்டு உண்மைகள்.

தேரும் திருவிழாவும்

சித்தர்கள் என்றால் அறிவுள்ளவர்கள், ஆராய்ச்சி அறிவுள்ளவர்கள் என்றே பொருள். அவர்களுடைய பாடல் களிலே பல சிறந்த உண்மைகளைக் காணலாம். தாங்கள் கண்டறிந்த உண்மைகளை அவர்கள் அஞ்சாமல் பாடி வைத்திருக்கின்றார்கள். பழைய கொள்கைகள் பலவற்றை அஞ்சாமல் கண்டித்திருக்கின்றனர்.

கடவுளர்க்குக் கல்லுருவம் செய்து வைத்து வணங்குதல் பண்டைத் தமிழர்கள் வழக்கம். இதைப் பற்றிப் பழந்தமிழ் நூல்களில் காணப்படுகின்றன. இன்றும் உருவ வணக்கம் தமிழரிடையிலே நிலைத்திருக்கின்றது.

அறிஞர்கள் பலர், உருவ வணக்கம் உண்மை ஞானம் உள்ளவர்க்குத் தேவையில்லை என்றே கூறுகின்றனர். ஆழ்ந்த அறிவில்லாத மக்களை நல்வழிப்படுத்த உருவ வணக்கம் பயன்படுகின்றது. ஆராயும் அறிவாற்றல் இல்லாதவர்களுக்கு, ஓர் உருவத்தைக் காட்டி இதுதான் கடவுள் என்றால், அவர்கள் அதை நம்புகின்றார்கள்; பணிகின்றார்கள். உள்ளத்தில் கடவுள் கட்டளையை மீறி நடக்கக்கூடாது என்று நினைக்கிறார்கள் கடவுள் கட்டளை என்று சொல்லப்படும் வார்த்தைகளுக்குக் கட்டுப்படுகிறார்கள். ஆதலால், உருவ வணக்கம் ஒருவகையில் பயன்படுகின்றது. பலரை நல்வழிப்படுத்த

உதவுகின்றது. இதனால் உருவ வணக்கம் தவறல்ல என்று கூறுகின்றவர்கள் உண்டு.

ஆனால் பகுத்தறிவுள்ளவர்கள் உருவ வணக்கத்தை ஒப்புக் கொள்ளவில்லை. உருவ வணக்கம் ஒரு மூட நம்பிக்கை. அதனால் மக்களின் அறிவு வளர்ச்சி தடைப்படுகின்றது. எல்லாம் வல்ல இறைவனைக் கல்லில் இருப்பதாகவும் செம்பில் இருப்பதாகவும் மண்ணில் இருப்பதாகவும் மரத்தில் இருப்ப தாகவும் உருவமைத்துக் காட்டுவது கடவுளையே அவமதிப்பதாகும் என்று கூறுகின்றவர்கள் உண்டு.

தமிழ்நாட்டுச் சித்தர்களிலே பலர், உருவ வணக்கத்தை ஒத்துக்கொள்ளவில்லை. அதை மூட நம்பிக்கை என்றே மொழிகின்றனர்.

பண்ணிவைத்த கல்லையும் பழம்பொருளது என்று நீர்
எண்ணம் உற்றும் என்ன பேர் உரைக்கின்றீர்கள் ஏழைகாள்
பண்ணவும் படைக்கவும் படைத்துவைத்து அழிக்கவும்
ஒண்ணும் ஆகி உலகு அளித்த ஒன்றை நெஞ்சில் உன்னுமே.

என்பது சிவவாக்கியர் பாடல். இதில் கல்லில் கடவுள் உருச் செய்து, அதைப் பல பெயர்களால் அழைப்பது அறிவின்மை; அறிவில்லாதவர்கள் தாம் இவ்வாறு செய்வார்கள். உலகைப் படைத்து, காத்து, அழிக்கவும் வல்லதாகிய ஒரு பொருள் கல்லில் இல்லை. நம் உள்ளத்தில்தான் இருக்கின்றது; அதை மனத்தில் தான் நினைக்கவேண்டும் என்று கூறுகின்றது இப் பாடல்.

கல்லுருவம் நம்மால் செய்து வைக்கப்பட்டது. அதைப் பழமையான பொருள், அழியாத கடவுள் என்று எண்ணுகிறீர்கள். அதற்கு என்னென்னமோ பேர்

சொல்லுகிறீர்கள்; உங்கள் மனத்தில் தோன்றும் பெயர்களை யெல்லாம் வைத்து அழைக்கின்றீர்கள். அறிவின்மை காரணமாகத்தான் இப்படிக் கல்லுக்குக் கடவுளின் பெயரை வைத்து அழைக்கின்றீர்கள். இந்த உலகைப் படைத்த ஒன்று எல்லாவற்றையும் செய்ய வல்லது; உலகையும், உலகப் பொருள்களையும் படைக்க வல்லது; படைத்த பொருள்களை அழியாமல் வைத்திருக்கவும், காப்பாற்றவும் வல்லது; அவற்றை அழிக்கவும் வல்லது. இத்தகைய பொருளை நீங்கள் கல்லிலே காணமுடியாது. உங்கள் நெஞ்சிலே காணுங்கள்; உள்ளத்தால் உணருங்கள்.

இதுதான் இச்செய்யுளின் பொருள். இச்செய்யுள், உருவத்தை வணங்குவது அறிவின்மை என்று உறுதியுடன் கூறுவதே. உருவத்தைக் கடவுள் பெயரிட்டு அழைப்போர் ஏழைகள். அதாவது அறிவற்றவர்கள் என்று உரைக்கின்றது. தாம் அறிந்த- நம்பிய- கருத்தை அஞ்சாமல் எடுத்துரைப்பது சித்தர்களின் போக்கு- கொள்கை என்பதற்கு இப்பாடல் ஒரு சிறந்த எடுத்துக்காட்டாகும். மற்றொரு செய்யுளில் உருவத்திற்கு விழாக் கொண்டாடும் வழக்கம் கண்டிக்கப்படுகின்றது. அச் செய்யுள் கீழ்வருவதாகும்.

ஊரில் உள்ள மனிதர்காள் ஒரு மனதாய்க் கூடியே

தேரிலே வடத்தை யின்று செம்பைவைத்து இழுக்கிறீர்!

ஆரினாலும் அறியொணாத ஆதிசித்த நாதரை

பேதை யான மனிதர் பண்ணும் புரளி பாரும் பாருமே!

இதுவும் சிவவாக்கியர் பாடல்தான். உருவத்தை வைத்து விழாக் கொண்டாடி வீண் செலவு செய்யும் வழக்கத்தைக் கண்டிக்கிறது இச்செய்யுள்.

ஊரிலே வாழும் மனிதர்களே! நீங்கள் உங்களுக்குள் கருத்து வேற்றுமையில்லாமல் ஒரே மனதாக ஒன்று சேருகின்றீர்கள்.

பெரிய தேரை அலங்காரம் செய்து, அதில் செம்புச் சிலையை வைத்து, அத்தேரின் வடத்தைப் பிடித்து இழுக்கின்றீர்கள். ஒரு சிறிய உருவத்துக்குப் பெரிய தேர்; ஆயிரக்கணக்கான மக்கள் உடல் வியர்வை சிந்த உள்ளம் வருந்தி இழுப்பது அறிவுடைமை யாகுமா? அதனால் ஏற்படும் பொருள் இழப்பு எவ்வளவு? காலக்கழிவு எவ்வளவு? இவற்றையெல்லாம் எண்ணிப் பார்க்க வேண்டாமா?

கடவுள் ஆராலும் கண்ணால் காணமுடியாதவர்; அவர் தான் உலக முதல்வர். ஆனால் அறிவின் வடிவமாக இருப்பவர். ஆதிசித்தநாதர் என்பதன் பொருள் இதுதான்; அத்தகையவரை அறிவற்ற மனிதர்கள் என்னென்னவோ பண்ணுகிறார்கள். தேராம்! திருவிழாவாம்! உருவமாம்! கொட்டாம்! முழக்காம்! இவை எல்லாம் வெறும் புரளி! அறிவற்றவர் செய்யும் புரளி! இதை நீங்கள் தெரிந்துகொள்ளுங்கள்; நிச்சயமாகத் தெரிந்து கொள்ளுங்கள்.

இப்பொருளையே இப்பாடல் கூறுகின்றது.

மேற்கூறிய இரண்டு பாடல்களும், உருவத்தைக் கடவுள் என்று நினைப்பதை மறுத்தன; உருவத்தை வைத்துத் தேர் திருவிழா நடத்துவதையும் மறுத்தன.

இறைவனை உள்ளத்தில்தான் காணமுடியும்; அறிவினால் தான் அறியமுடியும் என்பதை யாரும் மறுக்கமாட்டார்கள். எல்லாப் பேரறிஞர்களும் இந்த உண்மையை எடுத்துக் கூறியிருக் கின்றனர். இப்பொழுது மட்டும் அல்ல; ஆயிரக்கணக்கான ஆண்டுகளுக்கு முன்னிருந்தே இத்தகைய உண்மையை அறிஞர்கள் வலியுறுத்தி வந்திருக்கின்றனர்.

ஆயினும் நாட்டுமக்கள் அனைவரும் இந்த உண்மையை ஒப்புக்கொண்டு விட்டார்கள் என்று கூறிவிட முடியாது.

இறைவனை எந்த உருவத்திலும் வைத்துக் காண முடியாது என்று நம்புகிற மக்கள் கூட வேறு வகைகளில் எதையாவது வணங்கிக் கொண்டுதான் இருக்கின்றனர். இதனால் மக்கள் அனைவரும் இன்னும் முழுப் பகுத்தறிவாளர்களாக ஆகிவிடவில்லை என்றுதான் நாம் நினைக்க வேண்டும்.

ஒருபுறத்தில் அறிவும் வளர்ந்து வருகின்றது. மற்றொரு புறத்தில் பழைய மூடநம்பிக்கை அப்படியே நின்று கொண்டு தான் இருக்கின்றது. இதைத்தான் நாம் இவ்வுலகில் கண் கூடாகக் காண்கிறோம்.

மக்கள் அனைவரும் உண்மை அறிவு பெறவேண்டுமானால், சித்தர்களின் கருத்துக்கள்- சித்தர்களைப் போன்ற ஏனையோரின் எண்ணங்கள் மக்களிடையே பரவ வேண்டும். அப்பொழுதுதான் பகுத்தறிவுச் சுடர் பழைய மூடநம்பிக்கை என்னும் மேகங்களால் மறைக்கப்படாமல் ஒளி விட்டுப் பிரகாசிக்க முடியும்.

தமிழர்க்குப் பகுத்தறிவுக் கொள்கை புதிதன்று. பழமை யானதுதான். அது பரவாமல் மறைந்து கிடக்கின்றது. மறைக்கப் பட்டுக் கிடக்கின்றது என்று தான் சொல்ல வேண்டும். இனி மறைக்கும் முயற்சி பயன் அளிக்காது. உண்மை ஒளிவிட்டுச் சுடரத்தான் செய்யும். இது உண்மை; உறுதியும் ஆகும்.

அஞ்சாத பேச்சு

உள்ளத்தில் எத்தனையோ ஆசை; முதலில் உணவுச் சுவையை விட்டவர் அல்லர். நாக்குக்கு ருசியாக இருந்தால்தான் சாப்பிடுவார்கள்; சுவையற்ற உணவை வெறுப்பார்கள். காதிலே குண்டலம்; கழுத்திலே அக்கமணி; அல்லது துளசிமாலை, கையிலே செபமாலை; வாயிலே முண

முணப்பு, வேடம் சிவவேடம்; அல்லது வைணவ பக்தவேடம், இவையெல்லாம் இருந்தும் ஒரு பயனும் இல்லை.

உள்ளத்திலே கொள்ளை ஆசையை வைத்துக்கொண்டிருப்பார்கள்; துறவி வேடம் பூண்டு ஊரெல்லாம் சுற்றுவார்கள்; கோயில்கள் குளங்கள் என்றெல்லாம் அலைவார்கள். இவர்கள் இப்படிச் சுற்றி என்ன பயன்? மனச்சாந்தி அடைய மாட்டார்கள்.

இவர்கள் வீட்டைத் துறந்து, வாசலைத் துறந்து, பெண்டு பிள்ளைகளைத் துறந்து உற்றார் உறவினர்களைத் துறந்து, சொத்து சுதந்தரங்களைத் துறந்து துறவி வேடம் பூண்டது எதற்காக? மனச் சாந்திக்காக; குடும்பத்தில் வாழ்ந்த போது ஏற்பட்ட சமாதானமற்ற தொல்லையைத் தீர்த்துக் கொள்வதற்காக; அல்லது குடும்ப வாழ்வால் தொல்லைதான் வரும் என்பதை அறிந்ததன் காரணமாக இவைகளுக்காகவே தான் துறவு பூண்டனர்.

இப்படித் துறவு பூண்டும் மனச்சாந்தி ஏற்படவில்லையென்றால் அதற்குக் காரணம் என்ன? உண்மையான துறவை இவர்கள் அறியாததுதான் காரணமாகும்; மனச்சாந்திக்குக் காரணத்தை அறிந்து அதனைப் பின்பற்றாத குற்றந்தான் காரணமாகும்.

எது துறவு என்பதை அறிந்து அதைப் பின்பற்றியிருப்பார்களாயின்- பின்பற்றுவார்களாயின்- இவர்கள் ஊர் சுற்ற வேண்டாம்; கோயில் எங்கே குளங்கள் எங்கே- என்று திரிய வேண்டாம்; இருந்த இடத்திலேயே இன்பத்தைக் காண முடியும்; சாந்தியைக் காண முடியும்; சமாதானத்துடன் வாழமுடியும்.

மனம் மாசற்று வாழ்வதுதான் உண்மையான துறவு, சமாதான இன்ப வாழ்வுக்கு வழி; அகங்காரம்; கோபம், ஆசை ஆகிய தன்மைகள் உள்ளத்தை விட்டு ஓட வேண்டும்; இந்த அழுக்குகளை நன்றாகத் துடைத்தெறிய வேண்டும். இந்த மன மாசுகளைத் துடைத்து விட்டால் அந்த இடத்திலே தான் அன்பு வடிவான ஆண்டவன் குடிபுகுவான். ஆண்டவன் குடி புகுந்த உள்ளத்திலே துன்ப மேது? கலவரம் ஏது? கொந்தளிப்பு ஏது? அமைதியும் சாந்தியுமே நிலைத்து நிரம்பி நிற்கும். இவ்வாறு மனமாசின்றி வாழும் உத்தமரே அனைவராலும் உயர்வாகப் போற்றப்படுவார்கள். நான்முகன், திருமால் முதலிய தெய்வங்களாலும் சிவபிரானாகப் போற்றப்படுவார்கள்.

குண்டலங்கள் பூண்டு நீர்
குளங்கள் தோறும் சூழ்கிறீர்!
மண்டுகங்கள் போல; நீர்
மனத்தின் மாசு அறுக்கிலீர்!
மண்டையேந்து கையரை
மனத்து இருத்த வல்லிரேல்
பண்டைமால் அயன் தொழப்
பணிந்து வாழல் ஆகுமே

என்று பாடுகிறார் சிவவாக்கியர். நீங்கள் காதிலே குண்டலங் களைத் தரித்துக்கொண்டு குளங்களைச் சுற்றிச் சுற்றி வருகிறீர்கள்; தவளைகளைப் போல இப்படிக் குளங்களைச் சுற்றுகிறீர்கள். உங்கள் மனத்தில் உள்ள குற்றங்களைப் போக்க மாட்டீர்கள். பிரம கபாலத்தை ஏந்தும் சிவபிரானை உள்ளத்திலேயே இருத்தும் வல்லமை பெறுவீராயின் பண்டைய திருமால், பிரமன், முதலியோர் வணங்கும்படி ஆண்டவனைப் பணிந்து வாழலாம் என்பதே இப்பாடலின் பொருள்.

இதனால், சிவபெருமான் வேறு எங்கும் இல்லை; மாசற்றார் உள்ளத்திலேயே இருக்கிறான்; என்று கூறினார். மற்றொரு பாட்டு, வெளிப்படையாக விக்கிரக வணக்கத்தைக் கண்டிக் கிறது. விக்கிரகத்தில் கடவுள் இல்லை. அதைப் பூசிப்பதும், அதற்காக மந்திரம் ஓதுவதும் பயனில்லை என்று சொல்லுகிறது.

நட்ட கல்லைத் தெய்வம் என்று
நாலு புட்பம் சாத்தியே
சுற்றிவந்து மொண மொணென்று
சொல்லும் மந்த்ரம் ஏதடா?
நட்ட கல்லும் பேசுமோ
நாதன் உள் இருக்கையில்?
சுட்டசட்டி சட்டுவம்
கறிச்சுவை அறியுமோ?

இவ்வாறு விக்கிரகத்துக்குப் பூசைசெய்வோரைப் பார்த்து அதட்டிக் கேட்கிறார் சிவவாக்கியர்.

நட்டு வைத்த கல்லைத் தெய்வம் என்று நினைக்கிறாய். அக்கல்லின்மேல் நாலு மலர்களைச் சாத்திவிட்டு அதைச் சுற்றிச் சுற்றி வருகிறாய்! மொண மொண என்று ஏதோ மந்திரத்தைச் சொல்லுகிறாய். அந்த மந்திரத்தால் என்ன பயன் கண்டாய்; தலைவன் தனியாக வெளியில் இல்லை. உள்ளத்திலே இருக்கிறான். அப்படியிருக்கும் போது நட்ட கல்லைச் சுற்றி வந்தால் அது பேசுமா? அடுப்பில் வைத்துச் சுடப்பட்ட சட்டியும், அகப்பையும், அதில் ஆக்கப்படும் கறியின் சுவையை அறியுமா? அறியாது. நமது உள்ளத்தால்தான் நாதனைக் காணவேண்டுமே யன்றி நட்ட கல்லில் காண முடியாது; கல் எப்படி இறைவனைக் காணும்?

நமக்குச் சொல்லும்? காணவும் காணாது; சொல்லவும் சொல்லாது.

இப்பாடல் விக்கிரக வணக்கத்தை வெளிப்படையாகக் கண்டித்தது. கல்லை நட்டு வைப்பது; அதிலே தெய்வம் இருப்பதாக நம்புவது; அக்கல்லுக்கு அபிஷேக ஆராதனைகள் செய்வது; இவைகள் எல்லாம், அறியாதார் செயல் என்பதே சிவவாக்கியர் கருத்து.

கடவுளின் பெயரால் விக்கிரகங்கள் செய்து வைத்து வணங்குவதும், அவைகளுக்குத் தினப்பூசைகள் செய்வதும் திருவிழாக்கள் செய்வதும் நமது நாட்டிலே ஆயிரக்கணக்கான ஆண்டுகளாக நடைபெற்று வருகின்றன. மக்கள் இவற்றில் நம்பிக்கை கொண்டும் இருக்கின்றனர். இன்றும் இவ்வகையிலே ஏராளமான செல்வப்பொருள் செலவழிந்து கொண்டுதான் வருகின்றது.

இவ்வாறு மக்களிடையிலே- அவர்களுடைய நம்பிக்கையுடன்- ஆதரவுடன்- நடைபெற்றுவரும் காரியத்தை எதிர்த்துப் பேசுவதென்றால் அது எல்லோராலும் இயலாத காரியம். நெஞ்சுரமும், தம் கொள்கையிலே அசையாத நம்பிக்கையும் உள்ளவர்களால்தான் முடியும். அதிலும் புனிதமான செயலாக- மதக்கொள்கையாக- கருதப்படும் ஒரு காரியத்தை வெளிப்படை யாகக் கண்டிப்பதென்றால் அதற்கேற்ற அறிவும் ஆண்மையும் வேண்டும்.

சிவவாக்கியர், சாதி வேற்றுமை, கோயில், திருவிழா, வேடம் விக்கிரக வணக்கம் முதலியவைகளை வெளிப்படையாகக் கண்டிக்கிறார். ஆதலால் அவர் தம் கொள்கையிலே உறுதியுள்ளவர்; உண்மையுள்ளவர்; மனித சமுதாயத்தில் குடி கொண்டுள்ள மூடநம்பிக்கைகளைக் களைந்தெறிய

வேண்டும் என்பதிலே ஆர்வம் உள்ளவர் என்பதைக் காணலாம்.

15. ஞானவெட்டியான்

நூலாசிரியர்

ஞானவெட்டியான் என்னும் நூல் திருவள்ளுவரால் இயற்றப்பட்டதாக வழங்குகின்றது. சித்தர்களின் நூலா ராய்ச்சியிலே சிறந்தவர்கள் பலர் இந்நூலைத் திருவள்ளுவர் பாடியதாகவே நம்புகின்றனர்.

இந்நூல் திருவள்ளுவரால் பாடப்பட்டதாகவே இருக்கலாம். ஆனால் திருக்குறளைப் பாடிய திருவள்ளுவர் வேறு, ஞானவெட்டியானைப் பாடிய திருவள்ளுவர் வேறு என்று தான் கொள்ள வேண்டும்.

திருக்குறளின் கருத்துக்கள் பல ஞான வெட்டியானிலே காணப்படுகின்றன. இது உண்மை. இது ஒன்றைக் கொண்டு குறளாசிரியரும், ஞானவெட்டியான் ஆசிரியரும் ஒருவரே என்று முடிவுகட்டுவது தவறாகும்.

ஞான வெட்டியானில் அதிவீரராம பாண்டியன் பெயரும், அவர் இயற்றிய நைடதத்தின் பெயரும் காணப்படுகின்றன.

சாயாமல் அதிவீரபாண்டியன் சொல்லும்
தமயந்தி சரித்திர- நைடதமும்.

என்பது ஞானவெட்டியான். அதிவீரராம பாண்டியன் காலம் கி.பி. பதினாறாம் நூற்றாண்டு. ஆதலால் ஞானவெட்டியான்

கி.பி. பதினாறாம் நூற்றாண்டின் பின் பிறந்ததாகவேயிருக்க வேண்டும்.

ஞானவெட்டியான், காலத்தில் பிற்பட்டதாயினும் அதில் உள்ள கருத்துக்கள் பழமையானவை; பதினெண் சித்தர்களின் கருத்துக்களை எடுத்துரைப்பவை என்பதில் ஐயம் இல்லை.

திருத்திய பாடம் உள்ள நல்ல பதிப்பாக ஞானவெட்டியான் இன்னும் வெளிவரவில்லை. இந்நூல் நல்ல பதிப்பாகவும், விளக்க உரையுடனும் வெளிவருமாயின் அது நமது சமுதாய முன்னேற்றத்துக்குப் பெரிதும் உதவியாக இருக்கும். இதில் ஐயம் இல்லை.

நூலின் சிறப்பு

ஞானவெட்டியான் என்பதற்கு அறிவு நெறியைக் காட்டுகின்றவன் என்று பொருள். ஞானம்- அறிவு, வெட்டி- வழி. ஞானவெட்டியான் என்பதும் சித்தர்களின் கொள்கைகளை விளக்கும் நூல்களிலே ஒன்று.

வெட்டியான் என்றால், இன்று கிராமங்களிலே பிணஞ் சுடுவோனைக் குறித்து வழங்குகின்றது. சுடுகாட்டிலே பிணஞ் சுடும் தொழிலைச் சிலர் பரம்பரையாகச் செய்து வருகின்றனர். இவர்கள் தீண்டாதார் வகுப்பைச் சேர்ந்தவர்கள். இவர்களுக்குப் பிணம் சுடும் தொழிலுடன் கிராமக் காவல் தொழிலும் உண்டு.

இத்தகைய தொழிலைச் செய்யும்- தீண்டாதான் ஒருவன்- உயர் வகுப்பினரை நோக்கிக் கூறுவது போலப் பாடப்பட்டிருக் கின்றது இந்நூல். வெட்டியான் ஒருவன்- பிணம் சுடும் தொழில் செய்யும் தீண்டாதான் ஒருவன்- உயர் வகுப்பினரை

நோக்கி அறிவுரை கூறுவதால் இந்நூலுக்கு ஞான வெட்டியான் என்று பெயர் வைத்தனர்.

இந்நூலிலே கூறப்படும் செய்திகள் சித்தர்களின் கருத்தை விளக்கும் செய்திகளேயாகும். மக்கள் தாயின் வயிற்றில் கருக் கொள்ளுவது; கருவிலே வளர்வது. கருவில் வளரும் குழந்தை களுக்கு அங்கக் குறைகள் ஏற்படுவதற்குக் காரணம், அங்கக் குறைகள் ஏற்படாமல் நல்ல குழந்தைகளைப் பெறுவதற்கு வழி, குழந்தை பிறந்த பின் வளரும் விதம், நோயணுகாமல் உடம்பைப் பாதுகாக்கும் வழி, உடம்பை வலுப்படுத்துவதற்கான யோக நெறி, பிணிகளைத் தடுப்பதற்கான மருந்துகள், உடல் அழியாமல் இருப்பதற்கான காயகல்பம், வாதமுறை, இவைகள் எல்லாம் இந்நூலிலே கூறப்படுகின்றன.

பொதுவாக மக்கள் அனைவரும் ஒரே இனம் என்பதை வலியுறுத்துகிறது இந்நூல். சாதி, மத, இனபேதம் பாராட்டு வோர் அறிவற்றவர்கள், மனித சமுதாய ஒற்றுமையை விரும்பாதவர்கள் என்பதை இந்நூல் தெளிவாக எடுத்துரைக்கின்றது. மதம், சாத்திரம், தெய்வம், மதவேடம் முதலியவைகளால், மக்களை அறிவீனராக்கும் குருமார்களை அம்பலப்படுத்துகிறது ஞானவெட்டியான். இவைகளைச் சில உதாரணங்களால் காண்போம்.

குருமார்கள் நடிப்பு

குருமார்கள் பலரும், துறவிகள் போல் நடிப்பார்கள்; ஆனால் அவர்கள் உண்மையான துறவிகள் அல்லர்; அவர்கள் ஒன்றையும் துறந்தவர்கள் அல்லர்; பேராசைக்காரர்கள்; என்று எச்சரிக்கிறது ஒரு பாட்டு.

நீரில்மூழ் கும்போது பொருள்மேல் ஆசை;

நிலையான கரையில் வந்தால் நிலமேல் ஆசை

கூறில்நெற் றிதனில்வெண்ணீ றணியும்போது

குறிப்பான மக்கள் பெண்டிர் சுற்றத்தாசை;

ஊர்தனி லும்மந்திரங்கள் ஓதும்போது

உற்றபசி யாகும் மனதின்மேல் ஆசை;

பார்தனிலே தேவாரம் ஓதும்போது

பலவிதமாய் மனம் ஓடிப் பார்க்கும் ஆண்டே.

இச்செய்யுளில், அமைந்திருக்கும் பொருள் குறிப்பிடத் தக்கது. நீரில் மூழ்கும்போது வாய் தான் சிவ சிவா, என்று முண முணக்கும், உள்ளத்திலே பொருளாசை மிகுந்து நிற்கும். கரையேறி நின்று, சாமி கும்பிட்டாலும், தோத்திரங்கள் பாடினாலும், நிலத்தைச் சேர்ப்பதிலேயே அவர்கள் மனம் அலையும். நெற்றியிலே நீறணியும் போது சிவ சிவா என்று சொன்னாலும், உள்ளம், தமது மக்கள் மனைவி, சுற்றத்தினரையே நாடி நிற்கும், ஊருள் புகுந்து மந்திரம் ஓதினாலும், மனது பசிக்கான உணவிலேயே படிந்திருக்கும். தேவாரம் பாடினாலும், மனம் தேவாரத்தில் நில்லாது; பல வழிகளிலே அலைந்துகொண்டிருக்கும். இதுவே இச்செய்யுளிலே அமைந்திருக்கும் பொருள். மேலும் அந்த நடிப்புக் குருமார்களின் வேடத்தை எடுத்துக்காட்டும் மற்றொரு பாடல் கீழ்வருவது:

சித்தமுடன் செபதபங்கள் செய்தோம் என்பார்;

செப்புகிறேன் அவர்களுடைய செய்திஎல்லாம்;

கர்த்தனுடைப் பாதமலர் நினைக்க மாட்டார்;

காடுசுற்றி ஓடியபின் கலங்குவார்கள்;

நித்தமுடன் நிட்டையிலும் நிற்கமாட்டார்;

நிலத்தில்உள ஆசையெல்லாம் நினைத்துக் கொள்வார்;

சத்தமுடன் தேவாரம் கூகைபோலும்

சதாநித்தம் ஓதிகுடி கெடுப்பார் ஆண்டே

இச்செய்யுளும் யார் வீண் வேடதாரிகள் என்பதை எடுத்துக் காட்டிற்று. மனம் ஒன்றுபட்டுச் செபதபங்கள் செய்கின்றோம் என்று சொல்லுவார்கள். உண்மையான தலைவனுடைய அடிகளை நினைக்கவே மாட்டார்கள். பயனற்ற காட்டிலே அலைந்து திரிந்த பின் வருந்துவார்கள். ஒரே நிலையான நிட்டையிலும் நிற்க மாட்டார்கள். இவ்வுலகில் உள்ள ஆசைப்படக்கூடிய அவ்வளவு பொருள்களின் மேலும் ஆசை கொள்வார்கள்; கோட்டான் அலறுவது போல உரத்த குரலில் தேவாரம் பாடுவர்; ஆனால் எப்பொழுதும் பிறர் குடியைக் கெடுப்பதிலேயே காலங் கழிப்பர். என்பதே இச்செய்யுளில் அமைந்துள்ள பொருள்.

மேலே காட்டிய இரண்டு பாடல்களும், வெளி வேடத்தைக் கண்டு யாரையும் நம்ப வேண்டாம்; ஏமாற வேண்டாம்; வேடாதாரிகள் அனைவரையும் ஒழுக்கமுடையவர்கள் என்று நம்புவது தவறு; என்று மக்களுக்கு அறிவுரை கூறின.

மக்கள் இனம் ஒன்றே

மதத்தால், தெய்வத்தால், மக்களிடம் பிரிவினை யுண்டாக்கு வோர், பாதகர்கள் என்று ஒரு பாடலில் கூறப்படுகின்றது.

உங்கள் தெய்வம் எங்கள் தெய்வம் உண்டெனவேறு செய்து
அங்கங்கே வேறுடதாய் ஆகமங்கள் ஆக்கிவைத்தார்;
பங்கமதாய் வேறுசெய்யும் பாதகரே; அங்குமிங்கும்
எங்கெங்கும் ஆய்நிறைந்தான் ஈசன்என்று அறிகிலீரே

இதுவே அச்செய்யுள். உங்கள் தெய்வங்கள் வேறு. எங்கள் தெய்வம் வேறு; என்று ஒருவரோடு ஒருவர் சண்டை போடும்

படி செய்தனர். இதைக் குறிக்க அங்கங்கே வெவ்வேறு விதமாகத் தெய்வங்களைக் கும்பிடும்படி ஆகமங்களும் செய்து வைத்தார்கள்; இவர்கள் மக்கள் அவமானம் அடையும்படி அவர்களை வெவ்வேறு பிரித்து வைக்கும் பாதகர்கள் ஆவார்கள். ஆதலால் அங்கும், இங்கும், எங்கெங்கும் நிறைந்தவன் ஈசன் ஒருவனே என்பதை அறியாமல் தடுமாறுகின்றீர்கள். இதுவே மேலே காட்டிய செய்யுளின் பொருள்.

இப்பாடல், பல வேறு தெய்வங்கள் உண்டென்பதையும், அவைகளுக்கு வெவ்வேறு முறைகளில் திருவிழாக்கள் நடத்துவதையும், இதற்காக ஏற்பட்டிருக்கும் ஆகம புராணங்களையும் கண்டித்திருப்பதைக் காணலாம். மத பேதம் பாராட்டுவதில் பொருள் இல்லை என்ற கருத்தும் இச்செய்யுளில் அடங்கிக் கிடக்கின்றது.

மனிதருள் இனம் பிரிப்பது, சாதி வேற்றுமை பாராட்டுவது அறிவீனம்; இயற்கைக்கு மாறானது; என்று வலியுறுத்துகின்றது ஞான வெட்டியான்.

சத்தியுடைப் பூசைசெயும் சுந்தரரே என்மனையில்
சத்தியைநீர் சேர்ந்ததனால் தரியாதோ கர்ப்பமதே?

சக்தி பூசை செய்கின்ற உயர்குலத்தில் பிறந்த சுந்தரரே: என் வீட்டில் உள்ள பெண்ணுடன் நீர் சேர்ந்தால் அவளிடம் கருத்தரிக்காதா? என்று வெட்டியான், உயர் குலத்தானைப் பார்த்துக் கேட்டான். கேள்வியில் தவறு என்ன?

இஞ்சியிட மஞ்சள் உண்டோ? ஏலம் இடச்சுக்காமோ?
நஞ்சுகந்த எட்டியிலும் நல்லஎலு மிச்சையுண்டோ?
துஞ்சுபுகழ் பூசைசெய்யும் சுந்தரரே என்குலத்தில்

வஞ்சியை நீர் சேர்ந்தனால் மைந்தன் தரியாதோ.

இஞ்சியைப் பயிரிட்டால் மஞ்சள் விளையுமா? ஏலம் பயிர் செய்தால் சுக்கு விளையுமா? விஷத்தன்மை பொருந்திய எட்டி மரத்திலே நல்ல எலுமிச்சம்பழம் தோன்றுமா? இஞ்சியிட்டால் இஞ்சியும், ஏலம் பயிரிட்டால் ஏலமும், எட்டிமரத்திலே எட்டிக்காயுந்தான் விளையும். மிகுந்த புகழுடைய பூசை செய்யும் சுந்தரரே, என் குலத்துப் பெண்ணை நீர் சேர்ந்தால் மைந்தன் பிறக்கமாட்டானா? நிச்சயமாகப் பிறப்பான், ஆதலால் எனக்கும் உமக்கும் வேற்றுமை ஏது? ஒரு சிறிதும் இல்லை.

இச்செய்யுளும், மனிதகுலம்- மனித இனம் ஒன்றே என்பதை வலியுறுத்திற்று. மேலும், மனித இனம் ஒன்றென்பதைக் காரணங்காட்டி, வலியுறுத்தும், மற்றொரு பாடலைப் பாருங்கள்.

அம்புவியின் மான்அதனை அரியவராகம் புணர
கும்பில் உருவாகியதும் குட்டி அளிக்குமோதான்?
நம்பிறவி அந்தணரே! நேயம்உள சூத்திரரே!
வம்புரைத்தீர் என்குலத்தை மருவஉரு வாகாதோ?

இவ்வுலகிலே மான் என்னும் விலங்குடன், பன்றி சேர்ந்தால்- மான் வயிற்றிலே கருவுண்டாகுமா? குட்டி போடுமா? இல்லை. நமது பிறப்பு உயர்ந்தது என்று நினைக்கும் அந்தணரே! அன்புள்ள சூத்திரரே! எனது குலத்தை இழிவானது என்று வேறுபடுத்திக் கூறுகின்றீர்கள். என்குலப் பெண்களை நீங்கள் மணந்தால் அப்பெண்கள் வயிற்றில் கருத்தரிக்காதோ?

மேலே காட்டிய பாடல்கள், மக்களுக்குள் பேதம் இல்லை; அவர்களுக்குள், சாதி, மத, இன வேற்றுமை உண்டென்று கூறுவது தவறு என்ற உண்மையை உணர்த்தின. மனிதர்கள் எந்த நிறத்தில் இருந்தாலும் எந்த மொழியைப் பேசினாலும், எந்த நாட்டில் இருந்தாலும் அவர்கள் அனைவரும் ஒரே இனந்தான் என்ற உண்மையைச் சித்தர் பாடல்கள் எடுத்துக்காட்டுகின்றன. மக்கள் ஒரே இனம் என்பதே பழந்தமிழர் கொள்கை என்பதைச் சித்தர் நூல்கள் நமக்கு உணர்த்துகின்றன.

16. ஔவையார் ஞானக்குறள்

குறள் தந்த ஔவை

எல்லா நாட்டிலும் புகழ்பெற்ற புலவர்கள் ஒரு சிலரைத் தான் காணமுடியும்; கற்றவர்களாலும் மற்றவர்களாலும் பாராட்டப்படும் வாய்ப்பு சில புலவர்களுக்குத்தான் உண்டு. எத்தனையோ புலவர்கள் வாழ்ந்திருந்தனர். அவர்கள் எவ்வளவோ நூல்களைச் செய்திருக்கின்றனர். அவர்களிலே விரல்விட்டு எண்ணக்கூடிய சில புலவர்களின் பெயர்கள்தான் பொதுமக்களின் உள்ளங்களிலே அணையாத விளக்குகளாகச் சுடர் விட்டுக் கொண்டிருக்கின்றன.

தமிழ்நாட்டுப் புலவர்களிலே பொதுமக்கள் நெஞ்சிலே இன்றும் நிலையாக வாழ்கின்றவர்கள் எத்தனை பேர்? இவர்களை எளிதிலே கணக்கிட்டுவிடலாம். ஔவையார், திருவள்ளுவர், கம்பர், புகழேந்தியார், நக்கீரர், ஒட்டக்கூத்தர் போன்ற சில புலவர்களைப் பற்றித் தமிழ்நாட்டிலே பலருக்குத் தெரியும். படிக்காத பலருக்கும் இவர்களைப் பற்றித் தெரியும்.

இவர்களிலே சிறப்பாக, ஆண் பெண் அனைவருக்கும் அறிமுகமான புலவர் ஔவையார் ஆவார். நகர்ப்புறங்களிலே யாவது படிக்காத பலர் ஔவையாரை மறந்திருக்கலாம். படித்தவர்கள் மட்டும் அவரை அறிந்திருக்கலாம். ஆனால் தமிழ்நாட்டிலே எந்தச் சிறு கிராமத்திற்குச் சென்றாலும் ஔவையாரைப் பற்றிக் கேள்விப்படலாம். அந்த மக்கள் படித்தவர்களோ, படிக்காதவர்களோ அவர்கள் இன்னும் ஔவையாரைப் பற்றிப் பேசிக்கொண்டு தான் இருக்கின்றனர்.

அவரைப் பற்றி இன்னும் எழுத்தில் வராத பல கதைகளைச் சொல்லிக் கொண்டு தான் இருக்கின்றனர்.

சங்க காலத்தில் அதாவது இரண்டாயிரம் ஆண்டுகளுக்கு முன் ஔவைப் பிராட்டியார் இருந்தார் என்பதற்கு இலக்கிய ஆதரவு உண்டு. சங்க இலக்கியங்களிலே ஔவையார் பாடல்கள் காணப்படுகின்றன. புறநானூற்றிலே உள்ள ஔவையார் பாடல்கள், அதியமான் என்னும் சிற்றரசனுக்கும் ஔவை யாருக்கும் இருந்த நட்பை எடுத்துக் காட்டுகின்றன.

ஆத்திசூடி, வாக்குண்டாம், நல்வழி, விநாயகர் அகவல் போன்ற நூல்கள் ஔவையார் இயற்றினார் என்று வழங்கப் படுகின்றன. இந்த நீதி நூல்களை இயற்றிய ஔவையார் வேறு, சங்க காலத்திருந்த ஔவையார் வேறு என்பதே பலர் கருத்து.

ஔவையார் பெயரால், ஔவைக் குறள் என்ற ஒரு நூல் உண்டு. இந்நூலைச் செய்த ஔவையார், சங்க காலத்து ஔவையாரா, அல்லது பிற்காலத்திலே நீதி நூல்கள் செய்திருக்கும் ஔவையாரா? என்று கேட்பதில் தவறில்லை. அவ்வைக் குறள் செய்தவர் சங்க காலத்து ஔவையாரும் அல்லர். நீதிநூல்கள் செய்த ஔவையாரும் அல்லர். வேறொரு ஔவையாராகத்தான் இருக்க வேண்டும்; இப்படி ஊகிப்பவர்கள் பலர் உண்டு.

யாரோ ஒருவர்- யோக ஞானங்களிலே நம்பிக்கையுள்ள ஒருவர்- சித்தர்களின் கொள்கைகளை வலியுறுத்தும் நோக்கமுள்ள ஒருவர் இந்தக் குறளை இயற்றியிருக்கலாம். இதை ஔவையார் இயற்றியதாக வெளியிட்டிருக்கலாம். இவ்வாறு கூறுவோர் பலர்.

இந்த ஔவையார் குறளிலே யோகத்தைப் பற்றியும் ஞானத்தைப் பற்றியும் தான் கூறப்படுகின்றன. சித்தர்

நூல்களின் கருத்துக்களை இந்நூலில் காணலாம். இவ்வுடம்பு பஞ்ச பூதங்களால் ஆகியது. இறைவன், நம்மிடமே தான் இருக்கின்றான். அவனைக் கண்டறிவதே ஞானம். யோக சித்தியால் உடலை வலுவாக வைத்துக்கொள்ள முடியும் என்ற கருத்துக்களைத் தான் ஔவைக் குறளிலே காணலாம். இது தமிழ் அறிஞர்கள்- சித்தர்கள்- கண்டறிந்த உண்மையாகும்.

ஔவைக் குறள் முப்பத்தொரு அதிகாரங்களைக் கொண்டது. திருக்குறள் முப்பாலாக இருப்பதுபோல இதுவும் மூன்று பால்களாகப் பிரிக்கப்பட்டிருக்கின்றது.

1. வீட்டு நெறிப்பால். இதில்10 அதிகாரங்கள் அடங்கியிருக் கின்றன. 2. திருவருட்பால், இதிலும் 10 அதிகாரங்கள் அடங்கி யிருக்கின்றன. 3. தன்பால். இதில் 11 அதிகாரங்கள் அடங்கியிருக் கின்றன. அதிகாரம் ஒன்றுக்குப் பத்துப்பாட்டுக்கள். எல்லாம் குறள் வெண்பாக்கள் தாம். மொத்தம் 310 குறள் வெண்பாக் களையுடையது ஔவைக் குறள்.

ஆதியாய் நின்ற அறிவு முதல் எழுத்து
ஓதிய நூலின் பயன்

என்பதுதான் முதற் குறள். இந்த உடம்புக்கு முதன்மையாக இருந்த அறிவானது, பிரணவத்தை உச்சரிக்கும் வேதத்தின் பயனாகும்.

வேதம் பிரணவ மந்திரத்தை உச்சரிக்கும் தன்மையுள்ளது. அந்த வேதத்தைக் கற்றதனாலேயே அறிவு உண்டாயிற்று. அந்த அறிவுதான் இந்த உடம்பின் பயனாகும். அறிவு பெறாத உடம்பு உடம்பல்ல. உடம்பைப் பெற்றவர்- மனிதப் பிறவி எடுத்தவர்- அறிவைப் பெற வேண்டும் என்பதுதான் இக்குறளின் விளக்கம். ஓம் என்பது பிரணவம்.

இந்த முதற் குறளைக் கொண்டே இந்நூலின் போக்கு எப்படி என்பதை அறிந்துகொள்ளலாம்.

உத்தம குணமே உயர்ந்த கடவுள்

ஔவைக் குறளிலே முதல் அதிகாரத்தில் உடம்பு பஞ்ச பூதங்களின் சேர்க்கைதான் என்று கூறப்பட்டுள்ளது. பரம் பொருளிடத்திலே பராசக்தி அடங்கியிருக்கின்றது. பரம்பொருள் இயங்கும் சக்தியற்றது; பராசக்தி அந்தப் பரம்பொருளிலே உள்ள இயங்கும் சக்தி. இந்தப் பராசக்தியினிடம் பஞ்சமா பூதங்களும் அடங்கியிருக்கின்றன.

பஞ்சமகா பூதங்கள் மண், நீர், தீ, காற்று, வானம் என்பவை. இந்த ஐந்து பூதங்களும் ஒன்றுடன் ஒன்றுமாறிக் கலந்து சரீரம் உண்டாகின்றது. இதுதான் சித்தர்கள் கண்டறிந்து கூறிய உண்மை.

பரமாய சக்தியுள் பஞ்சமா பூதம்
தாம் மாறில் தோன்றும் பிறப்பு

என்பது இரண்டாங் குறள். பரம்பொருளிடம் உள்ள பராசக்தியுள் அடங்கிய ஐந்து பெரும் பூதங்களுள் ஒன்றுடன் ஒன்று மாறுபட்டுச் சேர்ந்தால் பிறப்புத் தோன்றும் என்பதே இக்குறளின் பொருள்.

நான்முகன் படைப்புக் கடவுள். அவர்தான் உலகைப் படைத்தார்; உயிர்களைப் படைத்தார்; மக்களைப் படைத்தார்; என்று புராணக் கொள்கைக்கு, இது முரண்பட்டிருப்பதைக் காணலாம். படைப்புக் கடவுள் ஒருவர் தனியாக உண்டு என்ற கொள்கைக்கு மேலே காட்டிய குறள் மாறுபட்டிருப்பதைக் காணலாம்.

பஞ்சபூதங்களின் கூறாகிய பிறப்பைப் பெற்றதன் பயன் என்ன என்பதைப்பற்றி ஔவைக் குறளின் இரண்டாம் அதிகாரத்தில் காணப்படுகின்றது.

உடம்பினைப் பெற்ற பயன் ஆவது எல்லாம்
உடம்பினில் உத்தமனைக் காண்

என்றது அக்குறள். உடம்பைப் பெற்ற பயன், உடம்பில் உள்ள உத்தமனை அறிவதுதான்; ஆகையால் உடம்பைப் பெற்ற மக்களே! உங்கள் உடம்புக்குள்ளேயே உறையும் உத்தமனை-இறைவனைக் கண்டறியுங்கள் என்ற கருத்தை வலியுறுத்துகின்றது இக்குறள்.

கடவுள் என்பவர், கல்லில் இருக்கிறார்; செம்பில் இருக்கின்றார்; நீரில் இருக்கின்றார்; நிலத்தில் இருக்கின்றார்; கோயிலில் இருக்கின்றார்; குளக்கரையில் இருக்கின்றார்; ஆற்றில் இருக்கின்றார்; மலையில் இருக்கின்றார், என்று எண்ணி அலைய வேண்டாம்; ஊர் ஊராக ஓடித் திரிய வேண்டாம். உடம்புக்குள்ளேயே கடவுள் இருக்கின்றார். அதைக் கண்டறிய வேண்டும். இவ்வாறு கடவுள் இருக்கும் இடத்தைக் கூறுகின்றது இக்குறள்.

கடவுள் இருக்கும் இடத்தைச் சொல்லியதோடு நிற்கவில்லை. அந்தக் கடவுள் யார்? எப்படிப்பட்டவர்? என்பதையும் கூறுகிறது. உத்தமன் என்று கடவுள் பெயரைக் குறிப்பிடுகின்றது. இந்தப் பெயரைத்தான் நாம் கூர்ந்து கவனிக்க வேண்டும்; ஆழ்ந்து சிந்திக்க வேண்டும்.

உத்தமன் என்றால் நல்லவன்; உயர்ந்தவன்; குணக்குன்று; பிறருக்குத் தீங்கு செய்யாதவன்; பிறருக்கு நன்மை செய்பவன்; பிறர் துன்பத்தைத் தீர்க்கும் அருளாளன்; இரக்கமே வடிவானவன்; நல்ல குணங்கள்- பண்புகள்- தன்மைகள்

என்பன யாவையோ அவை எல்லாம் நிறைந்தவன். உத்தமன் என்ற சொல்லுக்கு இவ்வளவு விரிவான பொருள் உண்டு.

ஆகவே கடவுளைக் கண்டறிந்தவன் என்பதற்கு அடையாளம், உத்தமனாய் வாழ்வதுதான். பிறர் துன்பத்தைத் தன் துன்பமாக எண்ணி அதைத் தவிர்க்க முயல்வதுதான் உத்தமன் குணம். எவ்வுயிர்க்கும்- யாருக்கும் தீமை செய்யாமல்- தீமை செய்ய வேண்டும் என்று கனவிலும் நினைக்காமல் இயன்றவரை யிலும் நன்மை செய்து வாழ்வதுதான் உத்தம குணமாகும்.

இவ்வாறு உத்தமனாய் வாழச் சொல்லுகிறது மேலே காட்டிய குறள்.

மற்றொரு குறள் பிறப்பின் பயனை வலியுறுத்துகின்றது. அக்குறளும் சிந்திக்கத்தக்க சிறந்த குறளாகும்.

பிறப்பினால் பெற்ற பயன் ஆவது எல்லாம்
துறப்பதாம் தூநெறிக்கண் சென்று.

என்பதும் மனிதப்பிறப்பின் பயனை உரைக்கின்றது. இக்குறளுக்குப் பொருள் காணும் போது, இதன் பதங்களைச் சிறிது மாற்றிக் கொள்ள வேண்டும். அப்பொழுதுதான் தெளிவாகப் பொருள் விளங்கும். 'பிறப்பினால் பெற்ற பயன் ஆவது, தூநெறிக்கண் சென்று எல்லாம் துறப்பது ஆம்!' என்று மாற்றிக் கொண்டால் போதும்.

மனிதப் பிறவி எடுத்ததனால் பெற்ற பயன், குற்றமற்ற தூயநெறியிலே நடந்து, தீமைகளையெல்லாம்- தீமைகள் நிகழ்வதற்குக் காரணமான உலக ஆசைகளை யெல்லாம் துறப்பதாகும்; அடியோடு விட்டுவிடுவதாகும் என்பதுதான் இக்குறளில் அமைந்திருக்கும் பொருள்.

நல்லவழியிலே நடக்க வேண்டும். உள்ளமும் உடம்பும் பரிசுத்தமாக இருக்க வேண்டும். கள்ளம் கபடமற்ற தூய வாழ்விலே தலை நிற்க வேண்டும். தான் செய்யும் செயல்கள் தனக்கும் பிறருக்கும் நல்ல பயனைத் தரவேண்டும்; மனத்திற்கு மகிழ்ச்சியும், உடலுக்கு இன்பமும் தரும் உயர்ந்த காரியங்களையே செய்ய வேண்டும். இதுவே தூய நெறி- பரிசுத்தமான வழி- நல்ல வழியாகும். இவற்றுக்கு மாறான தீமைகளையெல்லாம் விட்டுவிட வேண்டும். இப்படி வாழ்வது தான் மனிதப்பிறவி பெற்றதன் பயன் ஆகும். இந்த உண்மையை எடுத்துரைத்தது இக்குறள். இவ்வாறு தூயநெறியிலே நின்று வாழ்வதுதான், உடம்பிலே உத்தமனைக் கண்டதன் பயனும் ஆகும்.

மற்றொரு குறளில் உடம்புக்குள் இறைவனைக் காண்பது எப்படி? என்பதைத் தெளிவாகக் கூறுகின்றது. அழுக்கும் குப்பை கூளங்களும் நிறைந்த இடத்தில் எந்தத் தூய்மையையும் காண முடியாது. அந்த இடத்தில் எந்த நல்ல பண்டமும் கெட்டுத்தான் போகும். அழுக்குப்பட்டு விடும். இது நாம் கண்கூடாகக் காணும் உண்மை.

இருளில் நாம் எந்தப் பொருளையும் பார்க்க முடியாது. பண்டங்கள் நிறைந்திருக்கும் இடத்திலே வெளிச்சம் இல்லா விட்டால், நமக்கு வேண்டிய தொன்றைத் தேடி எடுத்துக் கொள்ள முடியாது. வெளிச்சம் இருந்தால் தான்- விளக்கு இருந்தால் தான்- ஒளி இருந்தால்தான் நமக்குத் தேவையானவற்றைத் தேடிப் பெற முடியும்.

நமது உடம்புக்குள் இறைவனைக் காண வேண்டுமானால் உள்ளம் மாசற்றதாக இருக்க வேண்டும். மனம் தூயதாக இருக்க வேண்டும். மனத்திலே பரிசுத்தம்- குற்றமற்ற குணம் சிறந்த தன்மை குடிகொண்டிருந்தால் தான் உடம்பிலேயே ஒட்டிக் கொண்டிருக்கும் ஈசனைக் காணமுடியும். இந்த உண்மையை,

மாசற்ற கொள்கை மனத்தில் அடைந்தக்கால்
ஈசனைக் காட்டும் உடம்பு.

என்ற குறளால் காணலாம். குற்றமற்ற தன்மை உள்ளத்திலே உண்டாகுமானால், உடம்பு ஈசனைக் காட்டும் என்பதே இதன் பொருள்.

இதனால், உள்ளத்தில் குற்றமின்றி உயர்ந்த செயல்களைச் செய்து வாழ்வதே மக்கள் கடமை என்பதைக் காணலாம்.

மேலே காட்டிய ஔவைக் குறள்கள், நமக்கு உணர்த்தும் உண்மை சிறந்ததாகும். உடம்பு பஞ்ச பூதங்களின் சேர்க்கையாகும். பஞ்ச பூதங்களின் சேர்க்கையாலான இவ்வுடம்பைப் பெற்ற பயன் கடவுளை அறிவதாகும். அந்தக் கடவுளை வேறெங்கும் சென்று தேடித் திரிய வேண்டாம். உடம்பின் உள்ளேயே அக் கடவுள் குடிகொண்டிருக்கின்றான். அக்கடவுளின் பெயர் உத்தமன். ஆதலால் உத்தம குணங்களைப் பின்பற்றி வாழ்வது தான் கடவுளைக் கண்டறிந்ததற்கு அடையாளம். உத்தம நெறியென்பது நல்லவழியிலே ஒழுகுவது. தீயவற்றைத் துறப்பதாகும். உள்ளம் தூயதாக இருக்கவேண்டும். தூய உள்ளத்தைப் பெற்ற உடம்பிலே கடவுளைக் காணலாம். ஆதலால் மாசற்ற மனத்துடன் வாழ்வதே மனிதப்பிறப் பெடுத்ததன் பெரும் பயனாகும். இவ் வுண்மைகளை மேற் காட்டிய ஔவைக் குறள்கள் அறிவித்தன.

அருளின் ஆற்றல்

அருள் என்பதற்கு இரக்கம், அன்பு, கருணை என்று பொருள் கூறலாம். பொதுவாக உயர்ந்தவர் தாழ்ந்தவரிடம் காட்டும் அன்பை அருள் என்று வழங்குகின்றனர். தெய்வம் மனிதரிடம் காட்டும் அன்பை அருள் என்று சொல்லுகின்றனர். கடவுள்

அன்பைப் பெறுவதை அருள் பெறுவது என்று வழங்கு கின்றனர். அருள், கிருபை, கருணை என்ற சொற்கள் இவ்வாறு தெய்வத்தன்மை பொருந்திய பொருளில் வழங்குகின்றன.

ஔவைக் குறளிலே அருள் பெறுதல் என்பது ஓர் அதிகாரம். அதில் கடவுள் அருள் பெற்றால் தான் எல்லா நன்மைகளையும் பெறலாம் என்று கூறப்படுகின்றது.

அருளினால்தான் அறிவு பிறக்கும்; அருளினால்தான் அறியாமையை ஒழிக்க முடியும்; அருளினால்தான் உண்மை வழியில் ஒழுக முடியும்; மாசற்ற மனம் உண்டாகும். பொய்யா நெறியில் ஒழுகமுடியும். அருளினால்தான் துன்பமின்றி ஆனந்த மாக வாழமுடியும். அருளினால்தான் துன்பமின்றி ஆனந்தமாக வாழமுடியும். அருளினால்தான் நினைத்த காரியங்களையெல்லாம் வெற்றியுடன் முடிக்க இயலும். அருளினால்தான் உலகில் உள்ள பந்த பாசங்களை யெல்லாம் அறுக்க முடியும். அருளே இன்பங்களுக்கெல்லாம் நாற்றங்காலாகும்; என்று இவ்வாறு அருளின் மாண்பைப் பற்றிக் கூறப்படுகின்றது. இக்கருத்துக்கள் ஔவைக் குறளிலே காணப்படுகின்றவை.

இந்த அருளை இறைவன் அருள் என்று வைத்துக் கொள்ளாமல் விட்டுவிடுவோம். நம் உள்ளத்தில் பிறக்கும் அன்பு, இரக்கம், கருணை என்று வைத்துப் பார்ப்போம்- இப்படிப் பார்த்தாலும், அருளால் என்னென்ன நன்மைகள் கிடைக்கும் என்று கூறப்பட்டுள்ளனவோ, அவை கிடைக்காமல் போக மாட்டா. தெய்வத்தின் அருள் என்று வைத்துக் கொண்டாலும் அன்பு, இரக்கம், கருணை என்று வைத்துக் கொண்டாலும், இரண்டிற்கும் பலன் ஒன்றுதான். இது மறுக்க முடியாததொரு உண்மையாகும். இனி அவ்வையாரின் குறள்கள் சிலவற்றைக் காண்போம்.

அருளால் உள்ளத்திலே அறிவுபிறக்கும், அருளல்லாத வேறு எதனாலும் அறிவு பிறக்காது. அருளின் காரணமாக- அன்பின்

காரணமாக- கருணையின் காரணமாகப் பிறக்கும் அறிவினால் குற்றங்களையெல்லாம் போக்கி விடலாம்; இவ்வுலக மாயையால் உள்ளத்தில் தோன்றும் ஆசாபாசங்களை யெல்லாம் அறுத்தெறியலாம்.

அருளினால் அன்றி அகத்து அறிவு இல்லை
அருளில் மலம் அறுக்கலாம்.

இக்குறள், அறிவு வளர்ச்சிக்குக் காரணம் அருள்தான்- அன்புதான். அந்த அருளினால் எக்குற்றத்திற்கும் ஆளாகாமல் வாழ முடியும் என்ற கருத்தை வலியுறுத்தியது.

வாய்மையால், பொய்யா மனத்தினால், மாசற்ற
தூய்மையால் ஈசன் அருள்.

உண்மை பேசுவதனாலும் வஞ்சகமற்ற உள்ளத்தாலும், குற்றமற்ற பரிசுத்தமான ஒழுக்கத்தினாலும் ஈசன் அருள் உண்டாகும்.

இக்குறள் இறைவன் அருளை- அன்பை- கருணையை அடைவது எப்படி என்பதை எடுத்துரைத்தது. பொய் பேசுவோர் அன்புள்ளவராக வாழ முடியாது. ஈசன் அருளுக்கு இலக்காக முடியாது. உள்ளொன்று வைத்துப் புறம் ஒன்று பேசுவோர் இரக்கமுள்ளவராக இருக்கமுடியாது; இறைவன் கருணையை அடையமுடியாது. நல்லொழுக்கம் இல்லாதவர்களாலும் அன்புடன் நடக்க முடியாது. ஆண்டவன் அருளைப் பெற முடியாது.

உண்மையான அன்பு- அருள் பெற வேண்டுமானால், உண்மை, உள்ளத்தில் பொய்யாமை, நல்ல நடத்தை இம்

மூன்றும் வேண்டியனவாகும். இப்பொருளையே இக்குறள் வலியுறுத்திற்று.

உன்னும் கருமம் முடிக்கலாம் ஒள்ளிதாய்
மன்னும் அருள் பெற்றக்கால்.

அருள்- அன்பு என்பது எப்பொழுதும் அழிவில்லாதது. புகழுடன் இவ்வுலகிலேயே நிலைத்திருப்பது இத்தகைய அருளை- அன்பைப் பெற்று விட்டால் நினைக்கும் காரியங்களை யெல்லாம் நிறைவேற்றலாம். எண்ணும் எக்காரியங்களும் பழுது படாமல் வெற்றியுடன் முடியும்.

இக்குறளும் அன்பின் சிறப்பை, அருளின் பெருமையை எடுத்துரைத்தது. அன்புள்ளவர்க்குப் பகைவர்கள் யாரும் இல்லை. அவர்களிடம் அன்பு காட்டும்- நட்புடன் இருக்கும்- உறவு கொண்டாடும் அன்பர்கள் தாம் மிகுதியாக இருப்பார்கள். ஆதலால் அவர்கள் நினைக்கும் எச்செயலும் கைகூடும்படி அன்பர்கள் உதவி செய்வார்கள். இக்கருத்தை வலியுறுத்தியது இக் குறள்.

எல்லாப் பொருளும் முடிக்கலாம் ஈசன்தன்
தொல்லை அருள் பெற்றக்கால்.

ஈசனுடைய பழமையான அருளைப் பெற்று விட்டால் எல்லாக் காரியங்களையும் செய்து முடிக்கலாம். ஈசன் அருள் பெற்றவர்களால் செய்து முடிக்க இயலாத செயல்கள் எவையும் இல்லை.

ஒவ்வொருவர்க்கும் உற்றதுணை அருள்- அன்பு என்பதே யாகும். நிலையான அன்பை- அருளைப் பெற்றவர்களால் எதையும் செய்து வெற்றிபெற முடியும். அவர்களால் ஆகாத

செயல் ஒன்றும் இல்லை. எல்லாத் துணைகளையும் விட, அன்பின் துணையே- அருளின் துணையே சிறந்தது. எல்லா வலிமையையும்விட அன்பு வலிமையே- அருள் வலிமையே அழிக்க முடியாத வலிமையாகும். ஆதலால் அந்த அருள் வலிமையை அடைவதற்கே மக்கள் முயலவேண்டும்.

இக் கருத்தையே மேலே காட்டிய குறள் வலியுறுத்தியது.

சிந்தையுள் நின்று சிவன் அருள் பெற்றக்கால்
பந்தமாம் பாசம் அரும்.

மனத்துள்ளே நிற்கின்ற சிவபெருமானுடைய அருளைப் பெற்று விட்டால் இவ்வுலகிலே நம்மைப் பிணித்திருக்கும் ஆசைகளை யெல்லாம் அறுத்தெறியலாம். அவ்வாசைகள் அனைத்தும் தாமே ஒழிந்து போகும்.

நிலை அற்ற இவ்வுலகப் பொருள்களின் மேல் மனிதர்கள் கொண்டிருக்கும் ஆசைக்கு அளவில்லை. எந்தப் பொருளைக் கண்டாலும், அது தனக்குச் சொந்தமாயிருக்க வேண்டும் என்றுதான் ஒவ்வொரு மனிதனும் எண்ணுகிறான். அவன் அடைய நினைத்த பொருளைப் பெறுவதற்காக முயல்கின்றான் அந்தப் பொருளின்மேல் அவன் வைத்திருக்கும் ஆசை காரணமாகத் தவறான வழிகளிலே சென்றுகூட அப் பொருளைப் பெற முயல்கின்றான். ஆசை அவனுடைய கண்ணை மறைக்கின்றது; அறிவை அடக்குகின்றது. தான் கருதிய பொருளை அடைவதற்காகப் பிறரைத் துன்புறுத்தப் பின் வாங்க மாட்டான். பொய் சொல்லப் பின்வாங்க மாட்டான். யார் எக்கேடு கெட்டாலும் சரி, தான் இச்சித்த- விரும்பிய பொருள் தன்கையில் கிடைத்தே யாகவேண்டும் என்ற எண்ணத்துடன் விடாப்பிடியாக முயல் கின்றவரைக் காண்கின்றோம்.

ஆகையால், இத்தகைய ஆசையை அறுக்கவேண்டுமானால், அதற்கு அருள் வேண்டும். அருள் அறிவை வளர்க்கும், அறிவு உண்மை நெறியைக்காட்டும். அதனால் அளவு கடந்த ஆசையை அறுக்கலாம். ஆசையை அடக்கி ஆள முடியுமானால், நீதி நெறி தவறாமல் நேர்மையான வழியிலே வாழ முடியும்.

இத்தகைய உண்மைகளை எல்லாம் அடக்கிக் கொண்டிருப்பது மேலே காட்டிய குறள்.

மேலே எடுத்துக் காட்டிய ஐந்து குறள்களும் அன்பினால்- அருளினால் எல்லா நன்மைகளையும் அடைய முடியும் என்பதை உணர்த்தின. அன்புடன் வாழும் மக்களே அருள் உடையவர்கள்; அவர்களே சிறந்த காரியங்களைச் செய்து முடிக்க வல்லவர்கள்; இவ்வுலகிலே இன்புற்று வாழும் இயல்புள்ளவர்கள் என்ற உண்மைகளையும் அறிவித்தன.

ஈசன் இருக்கும்இடம்

கடவுளைப் பல உருவிலே வைத்து வணங்குவோர் உண்டு. ஒரு காலத்திலே- மிகப்பழங்காலத்திலே வாழ்ந்த மக்கள், தமது ஆற்றலுக்கு அடங்காதவற்றை யெல்லாம் தெய்வங்கள் என்று நம்பினர்; தம்மை அடக்கி ஆண்ட மக்களைக் கூடத் தெய்வங்களாக எண்ணினர். இந்த எண்ணத்தின் அடிப்படையில்தான் தெய்வங்களுக்கும், பெண்டு பிள்ளைகள், உற்றார் உறவினர், மைத்துனர், மாமன்மார்கள் கற்பிக்கப்பட்டனர்.

பல தெய்வங்கள், மக்களைப் போலவே குடும்பத்தினராகக் காட்சியளிப்பதைக் காண்கிறோம். அவை மக்களைப் போலவே இன்ப துன்பங்களுக்கு ஆளாயின என்றும் கதைகளிலே புராணங்களிலே படிக்கின்றோம். உண்மையான

அறிவுள்ளவர்கள் இப்புராணக்கதைகளை நம்புவதில்லை. அவை யாவும் சில கருத்துக்களை அடிப்படையாகக் கொண்டு தோன்றிய கற்பனை என்றுதான் கூறுகின்றனர்.

ஆராய்ச்சியும் அறிவும் நிறைந்த பலர், கடவுள் என்ற ஒரு பொருள் தனித்து நிற்க முடியாது; சிலர் நினைப்பது போல, இல்லறத்திலோ துறவறத்திலோ வாழ்ந்து இன்ப துன்பங்களை நுகர்ந்து கொண்டிருப்பவை கடவுள்கள் அல்ல; கடவுளுக்குத் தனித்த உருவமோ- நம்மை போன்ற அங்க அமைப்போ- நம்மைப்போல இன்ப துன்ப உணர்ச்சிகளோ இருக்க முடியாது; இருந்தால் அது கடவுள் அன்று என்று கூறுகின்றனர்.

கடவுள் என்பது எங்கும் நிறைந்தது; அது இல்லாத இடம் இல்லை; உயிர் உள்ளவை, உயிர் இல்லாதவை ஆகிய எல்லா வற்றிலும் கலந்து நிற்பதே கடவுள். அது நமது உடம்போடும் ஒன்றி நிற்கின்றது; உள்ளத்தோடும் கலந்து நிற்கின்றது. அறிவோடும் பிணைந்து நிற்கின்றது. நம்மை விட்டுத் தனியாக இல்லை. இதுவே அறிஞர்கள் கொள்கை.

இந்த உண்மையை ஔவையார் தம் குறளிலே பல உதாரணங்களால் விளக்கிக் கூறியிருக்கின்றார். கடவுள் நம்மோடு கலந்துதான் இருக்கின்றார் என்பதற்கு அவர் காட்டியிருக்கும் உதாரணங்கள் அனைவருக்கும் புரியக் கூடியவை. அவற்றைக் காண்போம்.

எள் அகத்து எண்ணெய் இருந்த அதனை ஒக்குமே

உள் அகத்து ஈசன் ஒளி.

மனத்துக்குள்ளேயே ஈசன் இருக்கின்றான். அவனுடைய ஒளியானது நம் உள்ளம் முழுவதும் பரவி நிற்கின்றது. எள்ளிலே எண்ணெய் இருக்கிறது. அந்த எண்ணெய், அந்த

எள்ளில் இன்ன பகுதியில் இருக்கிறது; இன்ன பகுதியில் இல்லை யென்று சொல்ல முடியாது; எள் முழுவதும்- எள்ளில் எல்லாவிடத்திலும் பரவி நிற்கின்றது. அதுபோலத்தான் இறைவன், நம் உள்ளத்தில் எங்கும் பரவி நிற்கிறான்.

இச்செய்யுள் எள்ளை உள்ளமாகவும் எண்ணெயை ஈசனாகவும் உருவகித்துக் கூறியது.

பாலின் கண் நெய்போல் பரந்து நிற்குமே

நூலின் கண் ஈசன் நுழைந்து

என்பது மற்றொரு குறள். இதுவும் ஈசன் எப்படி எங்கும் நிறைந்துள்ளான் என்பதை எடுத்துரைக்கின்றது.

பாலிலே இன்ன பகுதியில்தான் நெய் இருக்கிறது; இன்ன பகுதியில் நெய் இல்லை என்று சொல்ல முடியாது. நெய் இல்லாத பால் இது; நெய்யுள்ள பால் இது என்று பிரிக்கவும் முடியாது. பால் முழுவதிலும் நெய் பரவியிருக்கும். அது போலவே இறைவன் இல்லாத இடம் இன்னதுயென்று குறித்துக் காட்ட முடியாது. இந்த ஆன்மாவிலே ஈசன் இருக்கிறான்; இந்த ஆன்மாவிலே ஈசன் இல்லை என்று குறிப்பிட்டுக் கூறமுடியாது. எல்லா ஆன்மாக்களிலும் ஈசன் புகுந்து ஒன்றுபட்டிருக்கிறான்.

இச் செய்யுளில் நூல் என்பது ஆன்மாவைக் குறித்தது. பாலை ஆன்மாவாகவும், நெய்யை ஈசனாகவும் உருவகம் செய்கிறது இச்செய்யுள்,

பழத்தின் இரதம்போல் பரந்து எங்கும் நிற்கும்

வழுத்தினால் ஈசன் நிலை.

ஈசன் நிலையை எடுத்துக்காட்டுவதற்கு இக்குறளில் காணப்படும் உதாரணமும் யாருக்கும் புரியக்கூடிய எளிய உதாரணம்.

துதி செய்து கூறினால், ஈசன் நிற்கும் நிலையானது. பழத்திலே அதன் ரசம் பரவி நிற்பது போன்றதாகும். பழத்தினுள் அதன் ரசம் எங்கும் பரந்து நிற்பதே இயற்கை அது போலவே ஈசன் எல்லா இடங்களிலும் பரந்து நிற்கின்றான்.

இவ்வாறு எங்கும் கலந்திருக்கும் ஈசனை, மக்கள் உள்ளத்திலும் ஒன்றியிருக்கும் ஈசனை எல்லாரும் எளிதிலே காணமுடியாது. சிலரால் தான் காண முடியும். அஞ்சுகின்றவர் களாலும் காணமுடியாது; அலங்காரம் பிடித்தவர்களாலும் காணமுடியாது. அஞ்சுகின்றவர்கள் கோழைகள்; அவர்கள் இவ்வுலகிலே உள்ள மாயைகளிலே ஈடுபட்டுத் துன்புறுவார்கள்; தம்மை நல்ல வழியிலே செல்ல வொட்டாமல் தடுக்கும் ஆசையை அவர்களால் ஒழிக்க முடியாது; தம்மைப் பலவழி களிலும் இழுத்துச் சென்று அலங்கோலம் பண்ணும் ஐம்புலன் களை அவர்களால் அடக்கி ஆளமுடியாது. ஆதலால் அஞ்சுந் தன்மை உள்ளவர்கள் எந்த நல்ல செயல்களையும் செய்யத் தகுதியற்றவர்களாய் விடுவார்கள்.

அகங்காரமும் மனிதர்களைச் சும்மாவிருக்க விடாது; நல்லவை இவை; தீயவை இவை என்று எண்ணிப் பார்ப்பதற்குக் கூட இடந்தராது. அறிவை அடக்கி விடும்; ஆத்திரத்தைக் கிளப்பிவிடும்; இது அகங்காரத்தின் தன்மை. நாமே பெரியவர்: நமக்கு நிகர் யாருமே இல்லை; நம்மை யார் என்ன செய்ய முடியும்? என்ற எண்ணத்தை உண்டாக்கி வளர்ப்பது அகங்காரம்தான்.

அகங்காரம் படைத்தவர்கள் பிறர் சொல்வதைப் பொருட்படுத்த மாட்டார்கள். பிறர் சொல்வதற்கு இவர் என்ன சொல்வது? நாம் என்ன கேட்பது? என்று தலைநிமிர்ந்து நிற்பார்கள். ஆதலால் தாம் நினைத்தபடி எதையும் செய்வார்கள்.

ஆகையால், மக்களைக் கெடுப்பது, நல்வழியில் செல்லாமல் தடுப்பது அச்சமும் அகங்காரமும்உள்ள மனிதர்கள் உண்மையில், பொய்மையிது என்று காணும் திறமற்றவர்களாகத் தான் இருப்பார்கள். இந்த இரண்டையும் அடக்கினவர்களே உண்மையைக் காண்பார்கள். அச்சத்தையும் அகங்காரத்தையும் வெளிவிடாமல்- அவை இரண்டுக்கும் செயல் இல்லாமல்- அடக்கியவர்கள் தாம் ஈசன் நிலையையும் உண்மையாகக் காண முடியும். ஈசன் எங்கும் நிறைந்திருப்பது உண்மையானாலும் அவனை அச்சம் உள்ளவர்களாலும் காணமுடியாது; அகங்காரம் உள்ளவர்களாலும் காணமுடியாது.

அச்சம் ஆங்காரம் அகத்து அடக்கினால் பின்னை
நிச்சயம் ஆம் ஈசன் நிலை.

அச்சத்தையும் அகங்காரத்தையும் வெளிவிடாமல் உள்ளே அடக்கிக் கொண்டால், அதன் பிறகுதான் ஈசன் இருக்கும் நிலையைக் காண்பது நிச்சயமாகும்; உறுதியாகும் என்று மேற்கூறிய குறளால் உண்மையைக் காணுகின்றோம்.

எங்கும் நிறைந்திருக்கும் ஈசனை யாரால் காணமுடியும்? யாரால் காண முடியாது? என்ற உண்மையை உணர்த்திற்று இக்குறள். இதற்கு அடுத்த குறள், ஈசனைக் காண்பதற்கான மற்றொரு வழியையும் எடுத்துக் கூறுகின்றது.

நினைப்பவர்க்கு நெஞ்சத்துள் நின்மலனாய் நிற்கும்

அனைத்துயிர்க்கும் தானாம் அவன்.

இக்குறள் அச்சத்தையும் அகங்காரத்தையும் அடக்கினால் மட்டும் போதாது; ஈசன் வெளிப்பட்டுவிட மாட்டான்; அவனைக் கண்டுவிட முடியாது; அவனை நினைக்க வேண்டும். நினைத்தால்தான் காணமுடியும்; நினைக்காவிட்டால் காண முடியாது என்ற கருத்தை வெளியிடுகின்றது.

இறைவன் எல்லாவுயிர்க்கும் ஒருவனாயிருப்பவன்; அதாவது எல்லாவுயிர்களிலும் பதுங்கி மறைந்திருப்பவன்; அவன் குற்றமற்றவனாயிருப்பான் என்பதே இக்குறளின் பொருள். இறைவனை நினைப்பவர்கள் குற்றமற்ற- மாசு மறுவற்ற மனமுள்ளவர்களாயிருப்பர். மறுவற்ற மனமுள்ளவர்கள்தாம் ஈசனை மறவாமலிருப்பார்கள்; என்ற கருத்தும் இக் குறளில் அடங்கியிருப்பதைக் காணலாம்.

மேலே காட்டிய ஔவைக்குறள்கள் ஈசன் எங்கும் இருப்பவன்; அச்சத்தையும் அகங்காரத்தையும் விட்டவர்களால் தான் அவனைக் காண முடியும்; என்றும் நினைப்பவர்கள் நெஞ்சிலேதான் இருப்பான். தம்மை அறிந்தவர்களே ஈசனை அறிய முடியும்; தம்மை மறந்தவர்கள் ஈசனைக் காணமுடியாது; என்ற உண்மைகளை உணர்த்தின.

முற்றும்.

★★★

9 788168 57292